रुपकुंड

मृत्यूचं न उलगडलेलं कोडं

India's Fastest Growing Self Publishing House

Booksclinic Publishing

----------------------------Contact Us At----------------------------

Call or Whatapp @ 8965949968 or Mail @ publish@booksclinic.com

Website: - **www.booksclinic.com**

B.D. Complex, Near Tifra Over Bridge, Bilaspur, Chhattisgarh, India, 495001

Publisher: Booksclinic Publishing
Edition: First
ISBN: 978-93-90871-10-0
Copyright © Omkar Ravindra Joshi 2021
Genre: Fiction

रुपकुंड : मृत्यूचं न उलगडलेलं कोडं

© श्री ओंकार रवींद्र जोशी

पत्ता: आदर्श सोसायटी,

बिल्डिंग क्र- ५४ १००५, दहावा मजला, टागोर नगर, विक्रोळी पूर्व, मुंबई-
४०० ०८३.

ईमेल- meet_omkarjoshi@yahoo.com

Facebook link

https://www.facebook.com/omkar.r.joshi

Instagram

@brahma_rakshas

प्रथम आवृत्ती प्रकाशन : चैत्र शुद्ध प्रतिपदा (गुढीपाडवा २०२१)

मुद्रितशोधन (प्रूफ रिडींग) : सौ.तेजश्री आपटे

सहाय्य: सौ.वरदा ओंकार जोशी

आभार : सौ.दिपाली पाटवदकर

अंतर्गत छायाचित्रे : ओंकार जोशी

रुपकुंड टुरिजम, वाण (उत्तराखंड)

रुपकुंड

मृत्यूचं न उलगडलेलं कोडं

ओंकार रवींद्र जोशी

समर्पण

भगवती नंदादेवीच्या चरणी विलीन झालेल्या त्या यात्रेकरूंना ज्यांच्या अस्थि आजही रुपकुंड येथे आपलं अस्तित्व टिकवून आहेत.

मनोगत

हिमालयाच्या एका सफरी वर गेलो असताना मला माझ्याचं व्यक्तिमत्वाचा एक नवा पैलू मला सापडला आणि माझ्या कविता अन कथा लेखनाचा प्रवास सुरु झाला.बघता बघता फेसबुक वरच्या माझ्या कविता "नांदी" ह्या पुस्तकं रुपात माझी पत्नी वरदा हिने प्रकाशित केल्या.

त्या नंतर गुरू प्रेरणेने "ब्रह्मराक्षस" ही कथा लिहिली आणि तिला ही गणेश जयंतीच्या मुहूर्तावर पुस्तकं स्वरूप मिळालं,"ब्रह्मराक्षस" या पुस्तकाला आपण वाचक मंडळींनी चांगला प्रतिसाद दिलाच पण त्या सोबत योग्य त्या सूचना ही केल्या. आणि मी त्या सूचनांनुसार लेखनातल्या काही त्रुटी दूर करण्याचा प्रयत्न ही केला.

पुढे माझ्या शोधक वृत्तीला पुन्हा एकदा हिमालय दर्शनाची चाहूल लागली. तसं हिमालया विषयीचं एक सुप्त आकर्षण मला लहानपणापासूनच होतंचं. पुढे जेव्हा जेव्हा मला हिमालयात जायची संधी मिळाली तेव्हा तेव्हा त्या विषयी असलेलं माझं आकर्षण अधिकच प्रबळ झालं. त्याची गूढता, त्याची भव्यता यांनी मला भुरळ घातली. एव्हाना वर्षाला निदान एकतरी हिमालय यात्रा करण्याचं मनाशीच ठरवलं. ह्या माझ्या प्रवासात हिमालयाची बरीचं गुपितं तिथल्या लोककथां मधून ऐकायला मिळाली तर कधी तिथल्या स्थानिकांशी बोलतानां समजली.

आशाच एका हिमालयाच्या प्रवासात रुपकुंड विषयी कळलं.आर्थत आधीही रुपकुंड बद्दल बरचं ऐकलं होतं. पण त्या प्रवासात रुपकुंड आणि नंदादेवी राज जात यात्रेचा संबंध लक्षात आला. नंदादेवी आणि रुपकुंड ह्या विषयीच्या लोकंकथांनी माझ्या मनात एका दीर्घ कथेचं बीज पेरलं. बघता बघता कथा लिहून झाली आणि आज ती कथा आपणा सर्वांसमोर पुस्तकं रुपात सादर करताना मला विशेष आनंद होतो आहे.

ही कथा पुस्तकं रुपात आपल्या पर्यन्त पोहोचावी ह्या साठी माझ्या ह्या क्षेत्रातल्या मार्गदर्शक सौ. दीपाली पाटवदकर ह्यांची मदत झाली. मुद्रित

शोधन करायचं ठरवलं तेव्हा ती जबाबदारी सौ.तेजश्री आपटे यांनी स्वीकारली व ती लीलया पार ही पाडली. माझ्या कायम पाठीशी असलेली माझी थोरली मावस बहीण सौ.स्नेहल पोळ हिने नेहमी प्रमाणे लिखाणाच्या शुद्धतेसाठी मार्गदर्शन केलं. यानंतर माझा शालेय मित्र किरण कदम मदतीला आला. आणि त्याच्याकडून हक्कानं पुस्तकाची प्रकाशन पूर्व संरचना करून घेतली.पण हे सर्व करत असताना माझी पत्नी सौ. वरदा जोशी हिचं पाठबळ ही तितकंच महत्वाचं होतं.

हे पुस्तक "बुक्स क्लिनिक" तर्फे आज तुम्हा सर्वां पर्यन्त पोहोचतं आहे ही माझ्यासाठी समाधानाची बाब आहे.ही कथा तुम्हाला गतकाळातल्या चमत्कारिक जगाचा प्रवास घडवेलं. वाचता वाचता तुम्ही मंत्रमुग्ध व्हाल,अन हिमालयाच्या साथीने हा रोमांचक प्रवास अनुभवालं अशी मी आशा करतो. चला तर मग माझ्या सोबतं ह्या हिमालयाच्या अद्भुत प्रवासाला.

- ओंकार जोशी

प्रस्तावना

रंजक,रहस्यमयी अशा "ब्रह्मराक्षस" ह्या पहिल्या वाचकांच्या पसंतीस उतरलेल्या साहित्यकृती नंतर लेखक ओंकार जोशी यांची दुसरी साहित्यकृती "रुपकुंड"म्हणजे पर्यटनाची आवड,गूढतत्वाचे विलक्षण आकर्षण व निसर्गदत्त प्रतिभेतून साकारलेला अद्भुत कल्पनाविलास यांचा मनोज्ञ संगम.

हिमालयाची भुरळ पाडणारी मोहिनी,त्याच्या बर्फाच्छादित कुशीत अनेक रहस्य दडलेली असतील त्यातील निसर्ग सौंदर्याने नटलेलं परंतु अस्थिपंजारांनी वेढलेलं असं शापित रुपकुंड. हा तलाव निर्जन हिमालयावर स्थित जवळजवळ पाच हजार मीटर उंचीवर असून तेथील तीनशे पेक्षा जास्त अस्थिपंजरांसाठी प्रसिद्ध आहे. मात्र त्याचे आणखी एक वैशिष्ट्य म्हणजे दर बारा वर्षांनी होणाऱ्या नंदादेवी राज जात यात्रे मधील एक महत्वपूर्ण गंतव्य स्थान आहे.

या मृत्युकोड्याच्या जिज्ञासेपोटी रुपकुंड विषयी जाणून घेत असताना लेखकाला त्याच्या विषयी अनेक लोककथा, दंतकथा,वाद-प्रवाद ऐकावयास मिळाले.अध्यात्मिक तत्वज्ञान त्यातील पुनर्जन्म, कर्मसिद्धांत यांवर गाढ विश्वास असलेल्या लेखकाच्या मनात या आख्यायिका, लोककथा, दंतकथां मधून कथेचं बीज मनात रुजलं अन याचा आधार घेऊन त्या भोवती सुंदर कल्पनाविलास रचून ते वाचकांना रुपकुंड चा अद्भुत शब्दप्रवास घडवीत आहेत.

या कथेचा प्रवास वर्तमानकाळ व भूतकाळ ह्या दोन्ही तटांवरून समांतर होताना दिसतो मात्र उत्तरार्धात हा समांतर कथाप्रवाह एक होतो.या प्रवासामध्ये येणाऱ्या प्रत्येक स्थळांचे वैशिष्ट्य,त्यांचे निसर्ग सौंदर्य,त्या स्थळाच्या नावामागाची आख्यायिका, तेथील भौगोलिक परिसर यांचे सखोल वर्णन आढळते. ही कथा सुरू होते स्वप्नांच्या माध्यमातून ती फुलत जाते विविध प्रसंगातून, कधी नायकाने काढलेल्या चित्रांतून, कधी काव्यरूपी संदेशातून तर कधी आठवणींची नोंद असलेल्या वहीतून.

व्यक्तिरेखांची प्रादेशिक पार्श्वभूमी लक्षात घेऊन लेखकाने त्या त्या पात्रांच्या तोंडून हिंदी, मराठी व इंग्रजी अशा तीनही भाषातून संवाद लिहिले आहेत.तसेच अप्रतिम काव्याविष्कारातून लेखकाची कवित्वाकडे झुकणारी प्रतिभा ही दिसून येते.

लेखकाने रेखाटलेल्या व्यक्तिरेखांच्या मनातील द्वंद्व त्यांनी अचूक टिपले आहे.काही व्यक्ती रेखांबद्दलचं गूढ पुस्तकाच्या शेवट पर्यंत वाचकाला कथेशी खिळवून ठेवण्यात यशस्वी होते.सत् असत् प्रकृती मधील संघर्ष, धर्मरक्षणासाठी प्राणाहूती देण्याची तयारी, निखळ प्रेमाची ताकद, सत्तेच्या लालसेपोटी गमवावे लागणारे प्राण, क्षमेचे अनन्यसाधारण महत्व हे सर्व लेखकाने रंगवलेल्या व्यक्तिरेखांतून स्पष्ट केले आहे.

राजा जसधवल ने राणी सह केलेली नंदादेवी राज जात यात्रा,अन राजाच्या दुष्कृत्यामुळे कथेच्या शेवटी ओढावलेला अनर्थ,उद्धव आणि नचिकेत यांची मैत्री.कथेच्या अनुषंगाने आलेल्या चमत्कारिक तांत्रिक विद्या, अन कथेने घेतलेली अनपेक्षित वळणं त्यामुळे कथे भोवती असलेलं गुढत्वाच वलय अधिकच दाट होतं.

बहुश्रुतता, जिज्ञासूवृत्ती, अफाट कल्पनाशक्ती यांची सुंदर गुंफण या कथेत अनुभवायला मिळते. शेवटी रुपकुंड चं मृत्यू न उलगडलेलं कोडं लेखकाने आपल्या कल्पनाविलासाने व आत्मानुभूती ने कथेच्या पात्रांच्या माध्यमातून उकलण्याचा प्रयत्न केला आहे.तो वाचकाला या कथेत शेवटपर्यंत खिळवून ठेवेल हे निश्चित.

-सौ. स्नेहल अनिल पोळ

माझा प्रवास

रुपकुंडची कथा लिहून झाली अन रुपकुंड प्रत्यक्ष पाहण्याचा ध्यास लागला.अगदी जेव्हा पहिल्यांदा रुपकुंडबाबत समजलं होतं म्हणजे साधारणतः पाच-सहा वर्षांपूर्वी,त्यावेळीच ठरवलं होतं कधीतरी आपण इथे जायचं. नंतर रुपकुंड संदर्भात वाचताना तिथल्या अस्थींच्या DNA चे सॅपल कोकणस्थ चित्पावन ब्राह्मणांच्या DNA च्या जवळपास जुळणारे आहेत हे वाचलं अन मग डोक्यात विचारचक्र फिरायला लागलं, अनेक प्रश्न त्या विचारचक्रातून उद्भवत होतें. त्यात एक महत्वाचा प्रश्न हाही होता की कोकणातले काही लोक त्या उंच हिमालयाच्या दऱ्या खोऱ्यात का बरं गेले असतील? असो, पण ह्याच विचाराने ह्या कथेचं बीज मनात रोवलं अन ह्या कथेच्या विलक्षण प्रवासाला सुरुवात झाली.कथा लिहून झाल्यानंतर मात्र लगेचच रुपकुंडला जाण्यासाठी बुकिंग केलं, पण दुर्दैवाने त्याच वर्षी रुपकुंड ट्रेकला उत्तराखंड कोर्टाकडून स्थगिती देण्यात आली आणि माझी पुरती निराशा झाली. पण मग कुठल्यातरी स्थानिक माणसाला शोधून हा ट्रेक करावा असं मनाशी ठरवलं अन मग अशा माणसाला शोधण्याचा चंग बांधला,आणि २०१९ ला माझी ‘रुपकुंड टुरिझम’ ह्या ‘वाण’ गावातील स्थानिक कंपनीच्या देवेंदर बिष्ट आणि लक्ष्मण बिष्ट ह्या बंधूंशी ओळख झाली.ह्यांनी माझ्यासाठी रुपकुंड ट्रेक अरेंज केला अन नोव्हेंबर महिन्याच्या सुरुवातीची तारीख ठरली. पण आता आणखी एका फ्रंटवर उत्तर देण्याची गरज होती ते म्हणजे घरी...

मी रुपकुंड करायचं ठरवलं आणि माझ्या घरच्यांना जरा धास्तीच बसली,मला सुरू झालेला तळवे दुखण्याचा आजार,मला असलेली धुळीची ॲलर्जी आणि सर्वात महत्वाचं म्हणजे रुपकुंडमध्ये असलेले शे-तीनशे हाडांचे सापळे.त्यात दोन ते तीन दिवस माझा फोन नेटवर्क क्षेत्राच्या बाहेर असणं ह्या सर्व गोष्टी त्या मागच्या कारण होत्या आणि त्यांची ही काळजी नेमकं मी रूपकुंडला जाण्याच्या आदल्या दिवशी राग आणि ओरडण्याचा स्वरूपात

बाहेर पडली.अर्थातच त्यांना वाटणारी काळजी रास्त होती,पण कदाचित त्यापेक्षा माझी जाण्याची इच्छा जास्त प्रबळ होती त्यामुळे थोडासा भांडूनच मी रुपकुंडसाठी निघालो.

मी लक्ष्मणच्या संपर्कात होतो. त्याने माझ्यासाठी ऋषिकेशहुन पिकअप अरेंज केला होता. ठरल्याप्रमाणे गाडी सकाळी सहा वाजता माझ्या हॉटेलच्या खाली आली. मग ड्रायव्हरशी आणि गाडीतल्या लोकांशी गप्पा मारत माझा प्रवास सुरु झाला.माझ्या गाडीत माझ्यासोबत आणखी चार स्थानिक होते. गावातल्या इकडच्या तिकडच्या गोष्टी त्यांच्या बोलण्यातून समजत होत्या.वाण गावात जाताना कर्णप्रयागपर्यंतचा रस्ता माझ्या चांगलाच परिचयाचा होता.दरवर्षी बद्रीनाथला जाण्यासाठी ह्याच रस्त्यावरून जायचो.कर्ण प्रयागहुन मात्र रस्ता बदलतो अन पिंडर नदी दृष्टिपथात येते.तिचाही त्या भागात भव्य आणि जबरदस्त प्रवाह आहे.ही पिंडर नदी कर्ण प्रयागला अलकनंदे सोबत येऊन मिळते, आणि तिथे दोघींचा संगम जिथे होतो तो भूभाग एका कानाप्रमाणे भासतो म्हणून ह्या भागाला कर्णप्रयाग असं नाव पडलं आहे.असो, तर आमच्या प्रवासात आता मी कथेत लिहिलेली एक एक गावं येतं होती.आधी नंद केसरी मग लोहाजंग, देवल मार्गे आम्ही साधारणतः संध्याकाळी पाचच्या सुमारास वाण मध्ये येऊन पोहचलो.देवेंदर बिष्ट मला तिथे येऊन भेटले.आमची फेसबुकवर ओळख झाली होती. त्यांनी माझ्या "ब्रह्मराक्षस" ह्या पुस्तकासोबत असलेला माझा प्रोफाइल फोटो पहिला होता त्यामुळे मी लेखक आहे हे त्यांना माहिती होतं. आणि रुपकुंडवरही एक

कथा लिहितो आहे असं मी त्यांना सांगितलं होतं. त्यामुळे तेही मला भेटायला अतिशय उत्सुक होतें. माझी व्यवस्था तिथल्या एक छानशा गेस्ट हाऊसवर करण्यात आली होती.खरं तर त्यांना भेटल्यावर असं वाटलंच नाही मी त्यांना पहिल्यांदा भेटलो आहे.संध्याकाळचा चहा झाला, चहासोबत अनेक गप्पाही रंगल्या,अन अनेक लोककथा मला देवेंदर यांच्याकडून समजल्या.त्याचं बोलणं संपूच नये असं वाटत होतं. गोष्टी ऐकायला कुणाला आवडत नाहीत?आणि मी त्यासाठी तर इथे आलो होतो.सगळं अगदी कानांनी हावरटासारखं भरून मनात उतरवत होतो.हिमालयातला हा परिसर

नंदादेवीमय झाला आहे एवढं मात्र खरं.माझं जिथे गेस्ट हाऊस होतं तिथेच मागे वाण गावाचं ग्राम दैवत लाटू देवतेचे मंदिर होतं. लाटू देवता ही शिवस्वरूप असून नंदा देवीचा रक्षक भैरव आहे आणि तिथे लाटू देवता हा नंदादेवी चा धर्मबंधू आहे अशी मान्यता आहे.

लाटू देवतेची लोककथा

ह्या देवतेसंबंधी बऱ्याच आख्यायिका आहेत. असं म्हणतात की, कनौज देशात एक छलप नावाचा गौड ब्राह्मण होता.तो महादेवाचा निस्सीम भक्त होता.महादेवांच्या आज्ञेनुसार त्याने नंदा त्रिशूली यात्रेला जायचा संकल्प केला. पायी यात्रा करत छलप वाण गावात येऊन पोहोचला. वाण गावातील बिष्ट लोकांनी ह्या ब्राह्मणाचे स्वागत केले.ह्याच गावात दौता नावाची एक जागा होती तिथे दौतीयाल जातीचे लोकं राहायचे.तिथेच एक म्हातारी कांबळ विणत बसली होती.छलप ब्राह्मणाला आता तहान लागली होती.त्याने त्या म्हातारीकडे पाणी देण्याची विनंती केली.त्यावर त्या म्हातारीने सांगितले, "आतमध्ये चार घडे ठेवले आहेत त्यातल्या एका घड्यात पाणी तर इतर तीन घड्यात जाम (ज्याने नशा होते असं पाण्यासारखं दिसणारं द्रव्य) आहे.त्यातलं पाणी कोणतं आहे ते ओळख आणि प्राशन कर". पण छलप जेव्हा आत गेला तेव्हा त्याने पाणी समजून जाम प्यायला आणि बाहेर आला.बाहेर आल्यावर त्याला त्याच्या हातून घडलेली चूक लक्षात आली अन त्याने आत्मग्लानीमुळे स्वतःची जीभ छाटली.पुढे त्याच आत्मग्लानीमुळे त्याचा मृत्यू झाला.मृत्यूपूर्वी त्याने सांकेतिक भाषेने तिथेच जवळ असलेल्या दोधारी ह्या ठिकाणी त्याची चिता जाळावी अन तत्पुर्वी त्याचे लिंग कापून जमिनीत पुरावे अशी सूचना केली होती.मृत्योपरांत छलप ब्राह्मणाला लाटू हे नाव पडले.अन त्याची त्याच लिंग रुपात पूजा होऊ लागली.त्यानंतर लाटू ही देवता गावाची रक्षक देवता म्हणून पुजली जाऊ लागली.

काही दिवसांनी माधोसिंग ह्या माणसाच्या स्वप्नात येऊन लाटू देवतेने हे लिंग वाण गावात आणून स्थापन करावे अशी आज्ञा केली.आणि तेव्हापासून वाण हे गाव लाटू देवतेचे मुख्य गाव म्हणून नावारूपाला आले.

हे वाण गावातलं लाटू देवतेचं मंदिर वर्षातून फक्त एकदाच उघडलं जातं आणि पुजारीही डोळ्यावर पट्टी बांधून देवाची पूजा करतात.कुणालाही गाभाऱ्यात प्रवेश नाही किंवा कुण्याही माणसाला देवाचे दर्शन घेता येत नाही फक्त मंदिराला बाहेरून नमस्कार करण्याची पद्धत आहे. चुकून जर कुणी पाहण्याचा प्रयत्न केलाच तर तो आंधळा होतो असा गावतल्या लोकांचा समज आहे.अजूनही डोळ्यावर पट्टी बांधून लाटू देवतेची पूजा करण्याची परंपरा वाण गावात दिसून येते.

देवेंदर आणि माझ्या गप्पा चांगल्याच रंगात आल्या होत्या आणि इतक्यात तिथे सुरेंदर बिष्ट आला.हा माझा गाईड होता आणि ३ दिवसाचा साथीदारही.पहिला ग्रुप मी येण्याच्या आदल्या दिवशीच गैरोली पातालपर्यंत पोहोचला होता.एव्हाना रात्रीच्या जेवणाची वेळ झाली होती. जेवायला भात,पोळ्या बटाट्याची भाजी,एक पातळ भाजी आणि कुठलातरी गोड पदार्थ होता.जेवणं झाल्यावर देवेंदरनी मला आराम करायला सांगितला. दुसऱ्या दिवशी सहाच्या सुमारास मला आणि सुरेंदरला ट्रेक सुरू करायचा होता.

दिवसभर झालेल्या प्रवासामुळे मीही थकलो होतो आणि साधारणतः रात्री नऊच्या सुमारास झोपेच्या अधीन झालो.

❋

४ नोव्हेंबर २०१९

ट्रेकच्या दिवशी पहाटे चार वाजताच मला जाग आली .देवेंदरने आदल्या दिवशीच बादलीत ठेवायचा वॉटर हिटर मला आणून दिला होता.त्या कडकडणाऱ्या थंडीत हिटरनी कडक गरम झालेलं पाणीही अंगावर घेताना कोमटच वाटत होतं. मी आंघोळ करून माझी तयारी करून घेतली. सोबत एक छोटी पाण्याची बाटली व औषधांचा डबा बरोबर घेतला.अंगावर

चढवलेले जवळजवळ सहा कपडे आता पुढचे तीन दिवसतरी निघणार नव्हते.तर मी आवरून आता माझ्या कॉटेजच्या बाहेर आलो.हिमालय शांत थंडीत पहुडला होता.सूर्य आत्ताशी कुठे हिमशिखरं कुरवाळत होता.त्यामुळे त्याचा प्रकाश अजून खाली यायला थोडा अवकाश होता, आणि सुरेंदरला यायलाही !

मी तोपर्यंत आसपासच्या भागात फिरत होतो.माझ्या कॉटेजच्या मागेच लाटू देवतेचं रहस्यमयी वाटावं असं मंदिर होतं. लाटू देवता ही वाण गावाची ग्रामदेवता असल्यामुळे कुठलंही काम करण्यापूर्वी ह्या देवतेचा आशीर्वाद घेणं अनिवार्य आहे.असं म्हणतात नंदा देवी जेव्हा ह्या मार्गाने कैलासाकडे निघाली, त्यावेळी लाटू देवतेला न भेटताच पुढे निघाली, त्यावेळेस निलगंगेचं पाणी अचानक वाढलं आणि नंदा देवीला ती नदी पार करणं कठीण झालं. तेव्हा तिला लक्षात आलं की तिने लाटू देवतेची भेट घेतली नाही.ती पुन्हा मागे फिरली आणि लाटू देवतेला आपला धर्मबंधू मानून त्यालाही होमकुंडपर्यंत सोबत करण्याची विनंती केली.लाटूने ही देवीची विनंती मान्य करून निल गंगेत पाय ठेवताक्षणीच पाणी ओसरलं, आणि देवीसोबत आलेल्या सर्व लोकांनी नदी पार करून पुढचा रस्ता धरला.

मीही लाटू देवतेच्या मंदिराचं निरीक्षण करत बसलो होतो. समोरच्या भिंतीवर नंदादेवी राज जात यात्रेचं भित्तिचित्र काढलं होतं. त्या शांत थंड वातावरणात माझे डोळे आपसूकच मिटले.लाटू देवता आणि नंदादेवी ह्यांना मनोमन नतमस्तक झालो आणि हा ट्रेक सुखरुप पार पडू दे अशी विनंती केली.खरंतर तिथून उठावसं वाटतच नव्हतं पण आता ट्रेकला सुरवात करायची होती.समोरून सुरेंदरला येताना पाहिलं आणि मीही मग कॉटेजकडे वळलो.सुरेंदरने माझ्यासाठी बटाटा आणि पालक भाजी आणि पोळ्या असा नाष्टा आणला होता.नाष्टा झाल्यावर दोघांनीही चहा घेतला.इतक्यात तिथले फॉरेस्ट ऑफिसर आले.त्यांनी माझ्या आधारकार्ड डिटेल्सची नोंद करून घेतली, मला ट्रेकसाठी शुभेच्छा दिल्या अन निघून गेले.आता मी आणि सुरेंदरनी पुन्हा एकदा लाटू देवतेला नमन करून आमच्या ट्रेकचा श्रीगणेशा केला.

आमची वाट आता घनदाट जंगलातून जाणारी होती. वाण गाव हे तसं डोंगरात गर्द झाडीत वसलेलं गाव. त्यामुळे काही मोजकी घरंही आम्हाला दिसत होती.कुठे नैसर्गिक पाणवठा होता तर कुठे गुरा ढोरांसाठी चाऱ्याच्या पेंड्या रचून ठेवल्या होत्या. कुठेशी डोंगराच्या पायथ्याला एक शाळा होती. छोटी छोटी मुलं शाळेत चालली होती. मी त्यांना अनोळखी असलो तरी माझ्याकडे पाहून ती मुलं स्मितहास्य करत होती, हात जोडून नमस्कारही केला.मीही मान झुकवून त्यांचं अनुमोदन स्वीकारलं. ह्या लहानग्यांचं मोठं कौतुक वाटलं मला.अतिथी देवो भव ! ह्याचं बाळकडू त्यांना दिलं गेलं होतं ह्याची मला जाणीव झाली.काहीशा ह्याच विचारात अन सुरेंदरशी गप्पा मारत मी जंगलातील वाट तुडवत होतो.आता सगळी घरं मागे पडली होती. जंगल अधिक घनदाट होत चाललं होतं.आम्ही आता "रणका धार" ह्या जागेवर आलो.इथे भगवती नंदा देवीचं छोटंसं मंदिर पाहिलं. सुरेंदर सांगत होता "सरजी यहा रणकासूर नामका एक दैत्य रेहेता था | माता जब कैलाश जा रही थी तो इस दैत्य ने माता का रास्ता रोका और माता के सामने शादीका प्रस्ताव रखा,और अगर मना किया तो माता को युद्ध करना होगा ऐसा भी कहा,माताने दैत्यसे युद्ध किया और दैत्य को मार डाला.तबसे नंदा देवी यात्राका ये भी महत्वपूर्ण पडाव है|"

मी ह्या सर्व गोष्टी माझ्या मनात नमूद करत होतो.घनगर्द जंगलातून जाताना आता समोर निलगंगा नदीचं पात्र आलं.त्यावर एक दगडी पूल बांधला होता.त्यावरून जाणारी वाट पुढच्या गर्द झाडीत विरून जात होती. कालचा देवेंदरनी सांगितलेला लाटू देवतेचा प्रसंग डोळ्यांसमोर आला आणि मी कौतुकाने त्या नदीला पाहायला लागलो.घनगर्द झाडीतून वाहणारी ती नदी अतिशय मोहक भासत होती.पुढे त्या दगडीपुलाच्या वाटेवरून आम्ही त्या दाट झाडीत शिरलो. झाडांचा एक विशेष गारवा अंगाला जाणवत होता. त्या झाडीतून प्रवास करताना मन क्षणोक्षणी प्रफुल्लित होत होतं. ते घनदाट जंगल पार करून साधारणतः साडे बाराच्या सुमारास आम्ही" गैरोली पाताल" येथे येऊन पोहोचलो.

सुरेंदर म्हणत होता, "सर जी चाहीये तो आज यही रेहेते है | और कल पाथर नचौनी चलते है|" पण आधीच एक ग्रुप तिथे पोहोचला होता अन

आमच्याकडे तसे अजून सहा तास होतें, मग मीच म्हटलं की चलते है| आणि मग दुपारच्या जेवणात मॅगी फस्त करून पुढच्या ट्रेकला सुरुवात केली. खरंतर पोटात अन्न गेल्याने माझा वेग आता मंदावला होता.पुढचा पडाव होता बेदनी बुग्याल. गैरोली पाताल ते बेदनी बुग्याल तिथली स्थानिक माणसं दहा मिनिटात करतात पण मला मात्र ते अंतर चढायला दोन तास लागले. साधारणतः तीनच्या दरम्यान आम्ही बेदनी बुग्यालला येऊन पोहोचलो. सुरेंदर माझ्या थोडा पुढे गेला होता म्हूून तो तिथं थांबून माझी वाट पाहात होता. बेदनी बुग्यालला पोहोचलो अन घनदाट जंगल मागे राहीलं. आता पायाखाली होता तो बुग्यालचा गवताळ प्रदेश. नोव्हेंबर दरम्यान हे गवत सुकतं अन संपुर्ण बुग्यालावर सोनेरी सुकलेल्या गवताची छटा पसरते.इथे बाजूबाजूला दोन बुग्याल आहेत, एक म्हणजे "अली बुग्याल" अन दुसरं "बेदनी बुग्याल".नंदा देवी राज जात यात्रेतला बेदनी बुग्याल हा महत्वाचा पडाव आहे.वेद व्यासांनी वेदांचे संपादन करण्याआधी इथे अनुष्ठान केल्याची आख्यायिका आहे.आणि म्हणूनच ह्या बुग्यालाचं नाव बेदनी बुग्याल पडलं आहे.ह्या बुग्यालातही एक कुंड आहे.त्या कुंडाचं नाव बेदनी कुंड आहे.इथे शंभू महादेवाचं छोटं मंदिर आहे.हा राज जात यात्रेचा महत्वाचा पडाव असल्यामुळे उत्तराखंड सरकारने इथे छोट्या छोट्या हट बांधल्या आहेत ज्या यात्रेकरूंना स्वयंपाक बनवण्यासाठी उपयुक्त ठरतात. बेदनी बुग्यालहुन "पाथर नचौनी" कडे जाण्यासाठी पुन्हा एक चढ आहे. आम्ही त्या चढ असलेल्या पायवाटेच्या पायथ्याशी पोहचलो आणि बघता बघता वातावरण बदललं. थंडगार हवा अधिक बोचरी होऊ लागली.आकाशात ढग दाटून आले.काही वेळातच आभाळ आमच्यावर थंडगार गारांचा वर्षाव करू लागलं. आता मागे फिरणंही कठीण होतं, त्यामुळे कितीही वातावरण बदललं तरी आम्ही पुढे जायचं ठरवलं. आता थंडी, गारांसोबत अंधारही आसमंत काळाकुट्ट करायला सज्ज झाला होता.बघता बघता अंधाराने सगळी कडे आपला काळा रंग भरून टाकला.आता मात्र मीही थकलो होतो.पाय एका मशीनप्रमाणे त्यांचं चालण्याचं काम करत होतें. संध्याकाळी पाच वाजताच मिट्ट काळोख झाला होता.सुरेंदरने स्वतः बरोबर बॅटरी घेतली होती,अन तो माझ्यापुढे चालून मला बॅटरीच्या प्रकाशाने पुढच्या रस्त्यासाठी मार्गदर्शन

करत होता.सुरेंदरसाठी खरंतर वाण गाव ते पाथर नाचौनी फक्त तीन तासाचा प्रवास होता,पण माझी जबाबदारी त्याने घेतली होती आणि एका चांगल्या गाईडचं काम सुरेंदर चोख बजावत होता.अंधारातली वाट तुडवत आम्ही एकदाचे पाथर नाचौनीला येऊन पोहोचलो. आकाशात लाखो करोडो चांदण्या टीमटीमत होत्या, एव्हाना चंद्रही आपला शीतल प्रकाश सगळीकडे पेरत होता. त्या रात्रीच्या अंधारातही समोर दिसणारं नंदाघुंटी आणि त्रिशूळ पर्वत शिखरावरचं बर्फ चांदीसारखं चकाकत होतं. पाथर नाचौनीच्या कॅम्पसाईटवर आमचे दोन तंबू होते. आणि जशी बेदनी बुग्यालला छोटी हट होती अगदी तशीच छोटी हट इथेही होती.आम्ही हटमध्ये गेलो तेव्हा आमच्यासाठी चहा तयार होता. थंडी वाढली होती. हटमध्ये आमचे सहयोगी आधीच्या ग्रुपबरोबर स्वयंपाकसुद्धा करत होतें. पुन्हा एकदा गप्पा रंगल्या.दिवसभराचा थकलेला मी जेवण झाल्यावर लगेचच झोपून गेलो.उद्याचा दिवस खरंतर स्वप्नातला ट्रेक पूर्ण होण्याचा दिवस होता,फक्त निसर्गाने साथ देणं जास्त महत्वाचं होतं. ह्याच विचारात डोळा लागला अन मी निद्रादेवीच्या अधीन झालो.

५ नोव्हेंबर २०१९

सकाळी सहाच्या सुमारास जाग आली.मंद वारा वाहात होता. सूर्य आता बर्फाच्छादित शिखरांना न्हाऊ घालून एव्हाना बुग्यालाच्या दिशेने निघाला होता.आम्हीही सकाळचे सोपस्कार उरकून घेतले.चहा नाष्टा झाला.आठवणीने घरी फोन केला.इथे एअरटेलचं नेटवर्क एका विशिष्ट दगडावर चढलं की मिळत होतं. घरी फोनवर इंफॉर्म करून मी माझ्या गाईडसोबत पुढचा रस्ता धरला.मी थोडं पुढे निघालो, पाथर नाचौनीचे ते तीन खड्डे पाहिले जिथे नंदा देवीचा कोप होऊन राजा जसधवलच्या नर्तकी गाडल्या गेल्या होत्या.तिथेच बाजूला नंदा देवीच्या डोलीचं दगडांनीच रचलेलं ठाणं आहे.यात्रे दरम्यान देवीची डोली काही काळासाठी इथेही विश्रांतीसाठी थांबते.

इथून पुढची रुपकुंडला जाणारी पायवाट थोडी अवघड आहे.एका बाजूला खोल दरी सतत तुमच्या सोबत असते.त्यात माझ्या गाईडने मला केलुआ विनायकपर्यंत खच्चरवर स्वार होऊन प्रवास करण्याचा सल्ला दिला. मी तो
मान्य केला खरा, पण आता माझी धाकधुक अधिक वाढली होती, कारण तुम्ही जेव्हा अशा प्राण्यांवर स्वार होऊन पर्वताच्या दर्याखोऱ्यातुन प्रवास करता त्यावेळेस त्या खोल दरी खोर्यांना पाहून तो प्रवास अधिक भीतीदायक वाटतो.पण मी ठरवलं होतं, माझ्या गाईडवर आणि खच्चरच्या मालकावर विश्वास ठेवायचा. आता मनातून थोडी भीती निघाली होती,अन साधारणतः अर्ध्या पाऊण तासात आम्ही पाथर नाचौनीहून केलुआ विनायकपर्यंत पोहोचलो.

इथून हिमालयाची बरीचशी हिमशिखरं जसे नीलकंठ चोखंबा, बंदरपुछ आम्हाला दिसत होते.इथे गणपतीचं छोट्या छोट्या दगडांनी रचलेलं मंदिर आहे.आत पंचधातूंची दगडी वाटावी अशी गणेशमूर्ती आहे.इथे आपत्य प्राप्ती व्हावी म्हून गावातल्या बायका नवस बोलतात अन गोकुळाष्टमीच्या दिवशी गावातल्या बायका ह्या केलुआ विनायकाची यात्रा करतात.असं म्हणतात कि, जेव्हा नंदा देवी कैलासच्या वाटेवर निघाली त्यावेळेस गणपती थकला होता आणि देवी पार्वतीने त्याला याच ठिकाणी आराम करायला सांगितलं, आणि हे स्थान गणपतीचं स्थान म्हणून प्रसिद्ध झालं. नंदादेवी राज जात यात्रेमध्ये ह्या स्थानाला विशेष महत्व आहे.

निसर्गराजानेही आज आमच्यावर कृपा केली होती.आभाळ मोकळं होतं. त्यामुळे आज सगळी पर्वत शिखरं अगदी छान व मोकळी दिसतं होती. गाईड म्हणाला "सर आप लकी हो,बोहोत सारे लोगों को ऐसा नजारा देखने नही मिलता क्यूँ की यहा का मौसम पल पल बदलता है|" मीही ते दृष्य डोळ्यात साठवून घेतलं अन केलुआ विनायकाला नमस्कार करून त्याचा आशीर्वाद घेतला.खच्चर आता इथेच सोडून मी आणि माझ्या गाईडने पुढची वाट धरली.आता आमचा पुढचा पडाव होता "बघूआ बासा" माझा गाईड सांगायला लागला, “यहा पे माता ने अपने बाघ को रुकने के लिये कहा था इसलीये इस जगह का नाम बघूआ बासा (जिथे वाघाचा वास होता अशी

जागा) पडा!” इथून पुढची जागा एका किल्ल्याच्या पायऱ्यांसारखी होती. त्या जागेचं नाव होतं, "छिडीया नाग" तो सांगत होता भगवान शंकराने इथे आपल्या गळ्यातला सर्प वासुकी सोडला होता म्हणून ह्या जागेला छडीया नाग असं नाव पडलं आहे.मला ह्या जागांच्या नावांचं मोठं कौतुक वाटलं.हिमालयातल्या अशा जागांच्या गोष्टींनीच हिमालय बोलका होतो. आपण त्याच्याशी बोलायला लागलो की तोही आपल्या मनातलं गुज आपल्याला सांगतो आणि मग एक परा वाणीतला संवाद सुरू होतो.माझा अन हिमालयाचा संवाद हा नेहमी असाच होतो. तो मला भरभरून देत असतो आणि मी ते नेहमी घेत असतो.

असो. तर छिडीया नाग ओलांडल्यावर आता माझ्यासमोर हिमालयाने आणखी एक आव्हान ठेवलं.इथून पुढचा रस्ता दिसत नव्हता,सगळीकडे बर्फच बर्फ पसरलं होतं. तीन ठिकाणी भूस्खलन होऊन पायवाट मोडली होती.हिमालयाची काळी कातळ बर्फाने पांढरी शुभ्र केली होती.बर्फात ट्रेक करण्याचा तो माझा पहिला अनुभव होता.मी घाबरलो पण माझ्या गाईडने मला सावरून घेतलं.अभी रुपकुंड वो रहा सामने असं म्हणत म्हणत तो माझा हात धरून मला नेत होता.मध्ये दोन चार वेळेस मी बर्फावरून घसरलो तेव्हा मात्र मला धडकी भरली. एकदा तर आम्ही दोघेही घसरलो आणि मी सुरेंदरला म्हटलं "भाई अब आगे नही जायेंगे, बस यहीसे लौट चलते है|" पण सुरेंदरने मला पुन्हा धीर दिला, म्हणाला "अब यहा तक आये है तो अब बस आधा किलोमीटर रह गया है,मुझपे भरोसा रखो” आणि म्हणाला, “सर आप जब हिमालय चढते है ना तो आखे धोका देती है| आपको ऐसा लगेगा की आपकी मंजिल सामने है, पर आपको पोहोचने मे बडा समय लग जाता है| इसलीये आखोकी नजर हमेशा पैरोपर होनी चाहीये”आणि असंच बोलण्यात गुंतवत हा पठ्ठ्या मोठ्या शिताफीनं मला कधी रुपकुंडच्या समोर घेऊन आला ते कळलंच नाही.

मी निःशब्द झालो होतो! ज्यासाठी एवढी वर्ष वाट पाहिली ते रुपकुंड माझ्या सामोरं होतं. साधारणतः दुपारी १ वाजता आम्ही रुपकुंडवर येऊन पोहोचलो होतो.कुंडातलं पाणी गोठलेलं होतं. कुंडावर आणि कुंडाच्या आजूबाजूला बर्फाने जाड चादर पांघरली होती. त्या कुंडाजवळच एक

छोटंसं शिव पार्वतीचं मंदिर दिसलं. आतमध्ये शिव पार्वतीचा गणपतीसह फोटो होता.त्याला ब्रह्म कमळ वाहीलं होतं.सर्व अस्थीपंजारावर बर्फाने चादर घातली होती पण देवळासमोरचे हाडांचे सापळे मात्र अजूनही दिसत होते.मी त्यांच्याजवळ गेलो,हॅन्ड ग्लोज काढले, डोळे मिटले आणि त्या थंड हाडावरून आणि कवटीवरून शांतपणे हात फिरवला....

त्या चिरशांततेत निजलेल्या अस्थीपंजारानी माझ्या आतल्या शांततेला नकळत स्पर्श केला.डोळे उघडले तेव्हा मागचं नंदा घुंटी आणि त्रिशूळ उन्हात सोन्याप्रमाणे चमकत होतं.तत्पूर्वी नंदादेवी,महादेव,आणि गणेशाचे आभार मानून नमस्कार केला.कधीकाळी कैलास मार्गाला जाताना पार्वतीची तहान भागवण्यासाठी शिवशंकराने त्रिशूळाने बनवलेलं ते कुंड आता शेकडो सापळ्यांचं निवासस्थान बनलं होतं. नंदाघुंटी आणि त्रिशूळ शिखराच्या नैसर्गिक खोबणीत असलेल्या ह्या अलौकिक कुंडाने कितीतरी वर्ष आपल्या पूर्वजांचं अस्तित्त्व सापळयांच्या स्वरूपात अजूनही टिकवून ठेवलं आहे. मी मनातून थोडा सुन्न झालो होतो.शांत होतो, सगळं काही डोळे भरून पाहात होतो, मनात साठवून ठेवत होतो. रुपकुंड वर उभं राहून जेव्हा त्रिशूळ शिखरांकडे पहिलं तेव्हा एक भगवा झेंडा दिसला. सुरेंदर ने सांगितलं वो जुरांग गली टॉप है| इथून त्रिशूळ पर्वताच पायथ्यापासून टोका पर्यंतच संपूर्ण दर्शन होतं. मी तिथूनच त्या झेंड्याला नमस्कार केला.आता मात्र जास्त वेळ थांबून चालणार नव्हतं.आम्ही परतीची वाट धरली.जवळपास चार- साडे चारच्या सुमारास बघूआ बासा सोडून आम्ही केलुआ विनायकपर्यंत पोहोचलो. सूर्याचाही एव्हाना परतीचा पश्चिमेचा प्रवास सुरु झाला होता.पांढरे शुभ्र ढग आमच्या पायाखाली होते.सूर्य त्यात संध्याकाळचे लाल केशरी रंग भरत होता. मला "आज मै उपर आसमा नीचे" ह्या गाण्याच्या ओळींचा अनुभव येत होता.सुर्यनारायणाला आणि विनायकाला नमस्कार करून आम्ही पुन्हा पाथर नाचौनीकडे आमच्या टेंटच्या दिशेने निघालो. तिथल्या हटमध्ये सकाळचा खच्चरवाला आमची वाट पाहात होता. मी भयंकर थकलो होतो.त्याने आमच्यासाठी कॉफी बनवली होती. कॉफी घेतली आणि पुन्हा छान तरतरी आली.पुन्हा एकदा गप्पा रंगल्या, जेवणं झाली आणि मी माझ्या स्लीपिंग बॅगमध्ये शिरलो. बराच वेळ झोप लागलीच नाही.मधेच माझा पाय

घसरत होता.मलाच माझं हसू आलं.शरीर जरी जमिनीवर आडवं झालं होतं तरी मन मात्र बहुतेक अजून ट्रेकच करत होतं.मग अचानक घंटांचा आवाज आला.मला वाटलं आता माझे कानही वाजातयत की काय?पण नंतर खच्चरवाल्याने सांगितलं, "खच्चरो को थंडी लग रही है इसलीये वो नीचे की और जा रहे है|"इतकं म्हूून तो झोपला. सुरेंदरचाही एव्हाना घोरण्याचा आवाज सुरू झाला होता. त्याने मला उद्या नंदा देवीच्या गोष्टी सांगेन म्हणून प्रॉमिस केलं होतं. मीही मग त्याच विचारात झोपून गेलो.

६ नोव्हेंबर २०१९

आज सकाळचा नाष्टा सुरेंदर स्वतः बनवत होता. पोळी आणि चण्याची उसळ असा नाष्टा करून चहा झाला आणि आम्ही आता पुन्हा वाण गावाकडे निघालो.जाता जाता गप्पा चांगल्याच रंगल्या,त्यानें त्याच्या पहाडी लेहेज्यात सांगायला सुरुवात केली,"नंदा माता ने हेमंत ऋषी और मैनावतीके यहा जन्म लिया, उनकी शादी शिवजी से हुई. जब वो इस रस्ते कैलाश जा रहे थे तो माता को प्यास लगी तब माता की प्यास बुझाने के लिये शिव जी ने त्रिशूल फेका और वहा पे एक कुंड बन गया.जब माता ने पानी पीने के लिये सिर झुकया तो उस पानी मे उन्हे अपना मुखडा दिखायी दिया.उसी पानी मे देखके माता ने अपना साज शृंगार किया और इसी कारण उस कुंड का नाम रुपकुंड पडा.फिर जब कैलाश पे कुछ साल बाद जब माता को उनके मायके की याद आयी पर मायके से कोई निमंत्रण नही आया तो माता ने अपने क्रोध से निचले गाव मे सुखा पडवा दिया. फिर गाव के लोगोने नंदादेवी को निमंत्रण भेजा.और फिर नंदामाता ने शिवजी से अनुरोध करते कहा", आणि तो एक लोकगीत म्हणायला लागला....

चार दिन स्वामी मी, मैत ज्यौन्दौऊ,
रात दिन गौरात्वीकू कनो मैत होये?
ब्याली साँझ बोंदी मैत ज्योंदों,
आज रात बोंदी स्वामी मी मैत ज्योंदौ,

सांझ को सवेरे नन्दा त्यारो कनु मैत होये,
भाई भतीजों की स्वामी खुद लगी रैण,
बुड्या ब्वै-बाबू की भी खुद लगी रैण।
जाणक जाली गौरा
तू दुधारू बालिक कैयू छोड़ली?
अतुली भंडार तेरो कैयू तू सौंपली?
गायों का गोद्यार गौरा तू कैमू छोड़ली?
तुम डेरा छयाई मींकू कंकी खैरी,
तुम देखी भाली लिया मन द्वि दिन कू जाण,
द्वि दिन कू जैली गौरा तू खुषी मन आ

ह्या गाण्याचा भावार्थ असा आहे की, गौरी शिवाकडे माहेरी जाण्याची परवानगी मागतेय.ती म्हणते आहे कि मी चार दिवस माहेरी जाऊन येते मला तिथल्या लोकांची खूप आठवण येतेय.त्यावर शिव म्हणतात, बरेच दिवस तुझं माहेरी जाण्याचं चाललं आहे पण तू गेलीस तर इथलं सर्व कोण बघणार.तुझा एवढा मोठा संसार, एवढं मोठं अतुलनीय भांडार,दुभत्या गाई आणि दूध पिणाऱ्या बाळांना सोडून तू कशी जाणार?त्यावर गौरा म्हणते, “स्वामी मी नसताना हे सर्व तुम्ही करा पण मला किमान दोन दिवस तरी माहेराला जाऊ द्या.” शिवजी ह्यावर काही न बोलता तयार होतात अन म्हणतात, तुला जर जायचंच असेल तर तू आनंदाने जा.

त्याने सांगितलेली ही गोष्ट मला मोठी विलक्षण वाटते.शिव पार्वतीच्या नात्यातला फार सुंदर धागा ह्यात नकळत गुंफला गेला आहे असं मला वाटतं. हा संसार जशी तिची जबाबदारी आहे तशी ती शिवाचीही जबाबदारी आहे म्हूनच ती शिवाला सांगते आहे, मी नसताना ह्या सर्व गोष्टींची काळजी तुम्ही घ्या.त्याची गोष्ट संपे पर्यन्त माझा पुढचा प्रश्न तयार होता .त्याला विचारलं " होमकुंड जाने के बाद क्या करते है ?त्यावर तो म्हणाला वहा पे हम नंदादेवी और शिवजी की पूजा के साथ ही पीतरों का तर्पण भी करते है |तर अशा गप्पा मारत मारत आमचा पायी प्रवास होत होता. साधारणतः संध्याकाळी सहा वाजता आम्ही पुन्हा लाटू देवाच्या मंदिरापाशी येऊन थांबलो.माझा ट्रेक पूर्ण

झाला होता. लाटू देवतेला हात जोडून त्याचे आभार व्यक्त केले.
नंदादेवीलाही मनोमन नमस्कार करून ट्रेक यशस्वीरित्या पूर्ण झाल्याबद्दल
तिचे आभार मानले आणि माझ्या कॉटेजकडे परतलो.

देवेंदर, लक्ष्मण,आणि सुरेंदरजींचे आभार मानून सात तारखेला मी
बद्रीनाथसाठी रवाना झालो, आणि माझा रुपकुंडचा ट्रेक सुफळ संपूर्ण झाला.

मी राहिलो ते वाण गावातील कॉटेज

लाटू देवतेचं मंदिर

राज जात यात्रेचं भित्ती चित्र

निल गंगेच पात्र

गैरोली पातालं कॅम्प साईट

बेदनी बुग्याल व बेदनी कुंड

पाथर नाचौनी

केलुआ किंवा कालु विनायक

बघूआ बासा

रुपकुंड येथील अस्थिपंजर

केलुआ विनायक येथून सुर्यस्ताच्या वेळी दिसणारं विहंगम दृष्य

नंदा देवी राज जात यात्रेतला खाडू

राज जात यात्रा

रुपकुंड च्या वाटेवरं दिसणारी हिमालयातील पर्वत शिखरं

नंदाघुंटी आणि त्रिशूल पर्वत शिखरं

वर्तमान

आकाश चांदण्यांनी भरलं होतं.पौर्णिमेचा चंद्र आपल्या पूर्ण कलेने त्या रात्रीच्या अंधारावर अधिराज्य गाजवत होता.अंगाला झोंबणारी हवा, घोंगावणारा सुसाट वारा,आजूबाजूला बर्फाच्छादित हिमशिखरं आणि तो समोरचा शांत तलाव.अवनी त्या तलावाच्या काठाने पायवाट शोधण्याच्या प्रयत्नात होती, पण कशात तरी पाय अडकून धाडकन जमिनीवर पडली. उठण्याच्या प्रयत्नात होती तेव्हा समोर पाहिलं,तर मानवी हाडांचा सडा पडला होता.पण स्वतः ला सावरत अवनी उठली आणि तलावाजवळ गेली.त्या तलावात पाहिल्यावर तर तिला धडकीच भरली,हृदयाचे ठोके वाढले होते. तिने त्या तलावात पाहिलं तेव्हा चंद्रबिंबाच्या आजूबाजूला हाडांचे सापळे दिसले आणि मग डोळ्यावर अधिक ताण देऊन पाहिल्यानंतर तलावही पूर्ण अस्थिपंजरांनी भरलेला दिसला.तो भयानक प्रकार पाहून अवनी जोरात किंचाळली.

अमेरिकेतल्या टेक्सास शहरात गोखले कुटूंब आपल्या टुमदार घरात राहात होतं.अवनीच्या बेडरूममधून किंचाळण्याचा आवाज ऐकून पद्मा गोखले लगबगीने तिच्या रूमजवळ गेल्या. दरवाजा उघडून त्यांनी आपल्या मुलीला कुशीत घेतलं.अवनीचं शरीर त्या एसीमधेही घामाघूम झालं होतं.आणि अवनी ते स्वप्न बघून किंचाळत उठली होती.

१२०० वर्षांपूर्वी....

उद्धवने शीतल चंद्र विद्येचा वापर करायच ठरवलं,आणि चंद्राच्या शीतलतेचं आवाहन केलं.त्या बर्फाळ प्रदेशात आता चंद्रही वादळ बनून बरसणार होता.तब्बल ३०० लोकं त्या वादळात अडकणार होती.उद्धवनी मंत्र म्हणायला सुरुवात केली आणि चेंडूच्या आकाराचे बर्फ गोल आकाशातून बरसू लागले.उद्धवच्या डोळ्यातून अश्रूधारा वाहात होत्या.आपल्या हातून परमेश्वर हा नरसंहार का करून घेतो आहे त्याला काही कळत नव्हते.पण त्याचा नाईलाज होता,त्याला ते करावं लागणार होतं. सगळं वातावरण गोठून गेलं होतं,हिमालयाने आता उन्हाळ्यातही बर्फाची चादर ओढली होती.आणि

हे काय ?... वातावरण गोठून गेलेलं असताना अचानक आकाशातून अग्नी गोल येताना दिसले!

हिमालयाच्या कुशीत अग्नीचे आणि बर्फाचे युद्ध सुरू झाले.हे सर्व तिथे असलेलं रूपकुंड साक्षीदार होऊन पाहात होतं.अचानक एक अग्नी गोल उद्धवच्या दिशेने येताना दिसला. आणि उद्धव 'नमः शिवाय' म्हणून किंचाळला.

त्या किंचाळण्याच्या आवाजाने उद्धवचे आजोबा त्याच्या खोलीत आले.उद्धव भीतीने कासावीस झाला होता. पूर्ण शरीरावर स्वेद बिंदू होते..आ.. आ..आ...अगदी इतकेच तो बोलत होता.अर्थात त्याला बोलताही येत नव्हतं,कारण उद्धव जन्मजात मुका होता.आजोबांनी उद्धवाला कुशीत घेतलं,आणि म्हणाले "शांत हो बाळा,शांत हो.आजोबा आहेत ना?कोणतं तरी भयानक स्वप्न पाहीलं असशील,काळजी करू नकोस!"

नाशिकमध्ये गौतमी काठच्या सुंदर नारायण मंदिराच्या टेकडीवर त्याचं घर होतं,इथे तो त्याच्या आजोबांबरोबर राहात होता.उद्धव विश्वनाथ जोशी असं नाव होतं त्याचं.आणि आपले आजोबा गणेश जोशी ह्यांच्यासोबत तो त्या छोट्या पण सुंदर घरात राहात होता.

उद्धवचे आई वडील कोकणात परशुराम येथे राहात होते.उद्धवचे बाबा प्रकांड पंडित,कोकणस्थ चित्पावन ब्राह्मण,पंचक्रोशीत त्यांची कीर्ती.पण मुलगा जन्मजात मुका म्हणून त्याच्याकडे पहिल्यापासूनच दुर्लक्ष झालेलं. गणेश आजोबांना आपल्या मुलाची आपल्या नातवाप्रति असलेली चीड दिसत होती.आणि म्हणूनच ते एक दिवशी परशुराम कायमचं सोडून उद्धवला आपल्याबरोबर घेऊन आले होते आणि त्यांच्या नाशिकच्या घरी राहात होते.उद्धवच्या आई भागीरथी बाई मात्र आतल्याआत रोज मरत होत्या,पण नवऱ्यापुढे त्यांचे काही चालेना.आपल्या मुलाच्या आठवणींनी एक एक दिवस पुढे ढकलत होत्या.

इकडे उद्धव चित्र काढायला बसला.आजोबा नदीवर नित्य अनुष्ठानासाठी गेले होते.आजोबा येताहेत हे बघून उद्धवने ते चित्र तसंच अर्धवट सोडून सर्व कपाटात लोटून दिलं आणि आजोबांना पाणी नेऊन दिलं.

वर्तमान

"Hey Avani, look here what I got! "रिचर्ड दुरूनच अवनीला हाक मारत होता. त्याच्या हातात कुठलं तरी मॅगझीन होतं. अवनी आर्किओलॉजीची विद्यार्थीनी होती. त्यात अवनीचा विषय होता 'The unresolved mysteries of world'. आणि रिचर्ड तिचा गाईड होता.

त्याने नॅशनल जिओग्राफीकचे मॅगझीन आणले होते ज्याच्या मुखपृष्ठावर हिमालयातील एका तलावाचे चित्र होते. त्या तलावाच्या अवती भवती मानवी हाडांचे सापळे होते. त्यावर लिहिलं होतं, 'Roopkund - the riddle of dead.' "Avani, this is your subject,you have to do research on it." अवनी ते मुखपृष्ठ बघून क्षणभर दचकलीच!.आणि मनात विचार केला, अरे ही तर तीच जागा वाटते जी मी स्वप्नात पाहिली होती. अवनीने ते मॅगझीन रिचर्डकडून घेतलं,म्हणाली "Let me read this" आणि ते मॅगझीन घरी घेऊन आली.घरी आल्यावर आपल्या रुममध्ये जाऊन मॅगझीन वाचू लागली.त्यात रुपकुंडबद्दल माहिती लिहिली होती.

'रूपकुंड' ह्या तलावाला 'रूपकुंड' हे नाव पडलं कारण देवी पार्वतीने ह्या तलावात आपले प्रतिबिंब पाहिले होते.देवी पार्वतीचे सुंदर रूप त्या तलावाच्या शांत पाण्यात अधिकच मोहक दिसत होते आणि भगवान शंकराने ते पाहून त्या तलावाला रुपकुंड असे नाव दिले अशी स्थानिक लोकांमध्ये मान्यता आहे.पण असं काय झालं कि रुपकुंड नाव असलेला हा तलाव मानवी हाडांचे गोदाम बनला आहे?

पुढे त्यात लिहिलं होतं की पहिल्यांदा जेव्हा हा तलाव एका ब्रिटिशाने शोधला त्या वेळी त्यांचं असं मत झालं की हे सापळे जापनीज सैनिकांचे आहेत जे दुसऱ्या महायुद्धाच्या दरम्यान ह्या हिमालयात रस्ता चुकले होते.त्यानंतर पुन्हा त्यावर रिसर्च करण्यात आला तेव्हा असं लक्षात आलं, की हे मानवी सापळे तब्बल १२०० वर्षे जुने आहेत त्यात काही काही माणसांची उंची अगदी १० फूट सुद्धा आहे.

ही माहिती अवनीला फारच इंटरेस्टींग वाटली. मग तिने विचार केला, असं काय झालं होतं १२०० वर्षांपूर्वी की ३००-३५० लोक इथे मेले?,कुणी

म्हणत मास किलिंग झालं होतं, तर कुणी म्हणत देवीला बळी देण्यासाठी इथे ते लोक आणले गेले होते,तर कुणाचं असं म्हणणं होतं की इथे ह्या लोकांनी स्वतः आत्महत्या केल्या आहेत आणि देवाला आपला देह अर्पण केला आहे,तर कुणी म्हणत की स्थानिक राजा नंदा देवीच्या यात्रेला जात असताना एका शापाने त्या राजाचा व त्याच्या बरोबर आलेल्या इतर माणसांचा बळी घेतला.

पण ह्या सर्व दंतकथा होत्या.हा विषय मात्र अवनीला इंटरेस्टिंग वाटला.त्यात स्वतः भारतीय असल्यामुळे आता भारतात जायचीही संधी मिळेल म्हणून अवनीने आता अधिक विचार न करता रिचर्डला फोन केला व सांगितलं."I am ready to take up the research on this subject."

<hr />

१२०० वर्षांपूर्वी....

उद्धव आजोबांना पाणी देऊन परत आपलं चित्र पूर्ण करण्यासाठी गेला.बराच वेळ उद्धव खोलीमधून बाहेर आला नाही म्हणून आजोबा त्याला पाहायला त्याच्या खोलीत आले, खोलीत आल्यावर उद्धवने काढलेलं चित्र पाहून आश्चर्यचकित झाले, आणि मनाशीच विचार करू लागले.

उद्धव हिमालयाचे चित्र काढण्यात इतका गुंग होऊन गेला होता, की त्याला आजोबा येऊन गेल्याचं कळलंच नव्हतं.आजोबा मात्र आता काळजीत दिसत होते. त्यांनी जे चित्र पाहीलं ती भविष्याची चाहूल होती,म्हणजे उद्धव त्या निवडलेल्या लोकांपैकी एक आहे.

आजोबा देवासमोर हात जोडून म्हणाले, "देवा काय रे ही तुझी लीला!,ज्याला बोलताही येत नाही त्याच्यावर इतकी मोठी जबाबदारी!" इतक्यात हरिद्वारवरून एक माणूस पंडित गिरजाशंकर यांचा संदेश घेऊन आला.त्या संदेशातील मजकूर पुढीलप्रमाणे होता

घना अंधेरा आनेको है | एक साया काला उभर रहा है,

ये समय बलिदान का है | देवी नंदा भी अस्थिर है,

आपके पास है वो व्यक्ती | जिसमे बसी है अनोखी शक्ती,

अगर करना होगा रक्षण | तो इसका उत्तर है समर्पण,

लेके चंद्र की शक्ती शीतल | हो जाइये युद्ध के लिये तत्पर.

हा मजकूर वाचून गणेश आजोबांच्या हृदयाचा ठोकाच चुकला आणि ते जागीच बसले.धीर करून पुन्हा उद्धवच्या खोलीत आले.उद्धवचं चित्र पूर्ण झालं होतं.त्या चित्रात चारही बाजूंनी एका तलावाला बर्फाच्छादित हिमशिखरांनी वेढलं होतं.चित्र पाहून आजोबांनी उध्दवला उराशी कवटाळून डोळे मिटून घेतले.म्हणाले, "बाळा, तुझ्यावर फार मोठी जबाबदारी आहे"आणि उद्धवला विचारले "हे जे चित्र काढलं आहेस तिथे तुला जायचं आहे का ?" उद्धवने लगेच होकारार्थी मान डोलवली.आजोबा त्याला म्हटले."नक्की जाऊ हा आपण बाळा."

ते उद्धवच्या खोलीतून बाहेर आले, आणि स्वतःशीच पुटपुटले. 'रुपकुंड, नंदा देवी यात्रा !'

वर्तमान

अवनीने आपला भारतात असलेला लहानपणीचा मित्र निखिल साने ह्याला फोन केला.तिला खात्री होती की तो आपल्याला रुपकुंड विषयी नक्कीच काही तरी माहिती देऊ शकेल.

निखिलने फोन उचलला.आणि बोलू लागला."काय अवनी बाई, आज ह्या पामराची आठवण कशी काय झाली, NRI लोकांना?"अवनी म्हणाली "Shut-up and stop your non-sense drama." ती लगेचच मुद्दयावर आली.'see I need your help.' निखिल म्हणाला "तरीच म्हटलं साक्षात अवनीबाईंचा फोन कसा?"अवनी तिथुनच म्हणाली 'चूप रे! आधी ऐक मी काय सांगते आहे ते.रूपकुंडविषयी तुला काही माहिती आहे का? तुझ्यातल्या इतिहासकाराचं काय मत आहे त्या रुपकुंड च्या अस्थींविषयी ?'

निखिल पोट धरून हसू लागला “अगं US मध्ये राहून भारतातल्या हाडांचा काय विचार करते आहेस"ती म्हणाली “अरे माझा रुपकुंड हा विषय पीएचडीच्या रिसर्चसाठी घ्यायचा विचार चालू आहे.म्हणून म्हटलं की स्वतः

ला इतिहासकार म्हणवणाऱ्यांना काही माहिती आहे का पहावं!'' निखिल आता शांतपणे ऐकून पुढे म्हणाला "हो मला नक्कीच माहिती आहे त्याबद्दल,पण हे सगळं फोनवर नाही सांगू शकत. आत्ता एवढंच सांगतो की त्याचा संबंध नंदादेवीने दिलेल्या शापाशी आहे."

अवनी म्हणाली "काय शाप!' अरे असं काही नसतं, ह्या सगळ्या भाकड कथा आहेत!".त्यावर निखिल म्हणाला,"अवनी, अगं ह्या सर्व भाकड कथा असतीलही पण त्या कितीतरी वर्ष लोकांच्या मनावर बिंबविल्या गेल्या आहेत.आणि सत्य जाणून घ्यायचं असेल तर त्याची सुरुवात कल्पनेपासूनच करावी लागते.एक लक्षात ठेव कल्पनाच सत्यात उतरतात पण त्या जेव्हा कल्पना असतात तेव्हा त्यावर कोणीच विश्वास ठेवत नाही.मला सांग आत्ता आपण जे फोनवर बोलतो आहोत ते सत्य आहे पण हजार वर्षापूर्वी माणूस ह्या गोष्टीची कल्पनासुद्धा करू शकत नव्हता.त्यामुळे तुला जर सत्यापर्यंत पोहोचायचे असेल तर कल्पनेची कास धर.अगं बघ तरी ह्या फॅसिनेटिंग गोष्टींमधून काही मिळतंय का ? आपलं सायन्स पण assumptionsवरच आधारित आहे.त्यामुळे आत्ता फोनवर तुला फक्त दोन शब्द सांगतो.आणि इतकंही सांगतो की हे दोन शब्द तुला रूपकुंडच्या भूतकाळात डोकावण्यासाठी पुरेसे आहेत. ते दोन शब्द आहेत 'चित्पावन ब्राह्मण' आणि 'नंदा देवी राज जात यात्रा'." अवनी म्हणाली,"What is chitpavan brahman ?I don't know and what it has to do with Roopkund ?" त्यावर निखिल म्हणाला,"बघ आईला विचारून".आणि त्याने बाय म्हणत फोन ठेवला.आता अवनी आणखीन गोंधळात पडली होती,आईच्या रूममध्ये जाऊन तिने लगेचच आईला विचारलं

"आई, अगं ए आई, हे चित्पावन ब्राह्मण म्हणजे काय ग ?"

१२०० वर्षांपुर्वी

गणेश आजोबा पुढे घडणाऱ्या घटनांचा विचार करू लागले.हरिद्वारला जाण्याआधी त्यांना आपला मुलगा व सून ह्यांना हे सांगणे महत्वाचे

वाटले,म्हणून त्यांनी परशुराम येथे स्थित आपल्या मुलाला संदेश पाठवला,की मी व उद्धव हिमालयात तीर्थयात्रेसाठी जात आहोत तुम्हा उभयतांचा काही आक्षेप असल्यास कळवावे.

काही दिवसांनी परशुराम येथून उद्धवच्या वडिलांचा संदेश आला, "आपण दोघेही आमच्यासाठी कधीच कैलासवासी झाला आहात, तुमचा श्राद्धविधीही आम्ही गेली ७ वर्षे घालत आहोत, त्यामुळे पुन्हा आम्हाला असले संदेश पाठवण्याची तसदी घेऊ नये."

ते पत्र वाचून आपण दगडाला जन्म दिला आहे की काय हा विचार करून गणेश आजोबा फार दुःखी झाले. ते उद्धवला म्हटले, "पोरा, चैत्र पाडव्याच्या शुभ मुहूर्तावर आपल्याला निघायचे आहे." तो १० वर्षांचा उद्धव यात्रेला जायचे आहे आणि ते ही हिमालयात ही कल्पना करूनच खुश झाला,आणि पुन्हा त्या आनंदात चित्र काढू लागला.त्याच्याजवळ चित्र काढणे हे एकच संवाद साधण्याचे महत्वपूर्ण साधन होते व त्यात तो निपुणही झाला होता,पण ते भयानक स्वप्न पडल्यापासून त्याने काढलेली सर्व चित्रं ही भविष्याचे संकेत देणारी होती.गणेश आजोबांना आता उद्धवची जास्त काळजी वाटू लागली,त्या पोराच्या पुढ्यात काय वाढून ठेवलं आहे ते त्यांना कळत नव्हतं,पण पंडित गिरीजा शंकर म्हणजे मोठी अधिकारी व्यक्ती, त्यांनी नंदादेवी यात्रेला येण्याचे आपल्याला आवाहन केले आहे,म्हणजेच ईश्वरी कार्यात आपल्याला आपली भूमिका पार पडायची आहे हे आजोबांच्या लक्षात आलं होतं.

काही दिवसांनी हरिद्वारहून दुसरा संदेश आला,

राजा है अहंकारी महान | करने चला देवी का अपमान

समझे खुद को ही भगवान | नही सत्य का उसको ज्ञान

उसका प्रदेश है कनौज | लेकर आयेगा सबकी मौत

वो मृत्यु ऐसी होगी | साक्षात काली तांडव करेगी

पर आपके पास है वो व्यक्ती | जिसमे छिपी है दैवी शक्ती

आप है परशुराम के सेवक | है चित्त आपका शुद्ध पावन

वही करेगा जल तत्व शांत | इस गाथा का है वो पूर्ण विराम

हा पत्रातील संदेश वाचून आजोबांची काळजी अजूनच वाढली होती,कुलदेवता अंबेजोगाईचे स्मरण करून ते म्हणाले, "माते, पोरावर लक्ष ठेवा!"आणि पुन्हा आपल्या नातवाशी गप्पा मारण्यासाठी उद्धवच्या खोलीत गेले,आता उद्धवनी एक वेगळंच चित्र काढलं होतं,ते चित्र एका मेंढ्याचं होतं ज्याला ४ शिंगं होती,आजोबांना मात्र ह्या चित्राचा अर्थ कळेना.

वर्तमान

"आई ऐक ना, चित्पावन ब्राह्मण म्हणजे काय ग ?" पद्माबाई आपल्या किचनमध्ये स्वयंपाकात बिझी होत्या,पण त्यातही त्यांनी सांगितलं "चित्पावन ब्राह्मण म्हणजे ज्याचे चित्त शुद्ध आहे असा ब्राह्मण.अर्थात ही चित्पावन ब्राह्मण ह्या शब्दाची शब्दशः व्याख्या झाली,पण तुला हे माहिती आहे का, की आपणही चित्पावन ब्राह्मण आहोत ?कोकणस्थ ब्राह्मणांना चित्पावन ब्राह्मण म्हणतात बरं!"

अवनी म्हणाली "Ok ok" आणि किचनमधून बाहेर पडली,तेवढ्यात रिचर्डचा तिला फोन आला,"Hey Avani, what is chitpavan brahman?" अवनीला आता आश्चर्य वाटायला लागले, जे निखिलने शोधायला सांगितले तेच मला रिचर्ड का विचारतो आहे.त्यावर तिने रिचर्डला विचारलं,"why are you asking this?"त्यावर तो म्हणाला "Hey Avani, have you read the magazine which I gave you?."त्यावर अवनी म्हणाली"Ya I red it, but not in depth,I just went through it and told you yes for the research."त्यावर रिचर्ड म्हणाला "then start reading it ,we will talk later."अवनीची अवस्था अजूनही गोंधळलेलीच होती आणि आईने दिलेल्या उत्तराचा तिला तिच्या रिसर्चसाठी फारसा उपयोग होईल असं वाटलं नव्हतं, ह्याच विचारात असताना तिने मॅगझीन वाचायला सुरुवात केली,आणि आता ती अगदी लक्षपूर्वक वाचत होती त्यात एका पानावर लिहीलं होतं,

Scientific tests from a 2004 expedition to the lake revealed that the skeletons belonged to several groups of people, including a group of short people (probably local porters) and a taller group, who were closely related—with DNA mutations characteristic for Konkanastha Brahmins (Chitpavans) from Maharashtra, A DNA test conducted by the Centre for Cellular and Molecular Biology (CCMB), Hyderabad, indicated that three samples with unique mutation in mitochondrial DNA, matched with those of the Chitpavans.

अवनीला आत्ताच आईकडून कळलं होतं की ते चित्पावन कोकणस्थ ब्राह्मण आहेत.अवनीचा आता रिसर्चमधला इंटरेस्ट अधिकच वाढत होता,तिने जराही वेळ न दवडता निखिल सानेला फोन लावला."निखिल, अरे मी काय वाचलं आणि ते कितपत खरं आहे मला सांग?" ती तो पूर्ण paragraph निखिलला वाचून दाखवू लागली, आणि विचारलं "तुला काही माहिती आहे का ह्याबद्दल?" आणि निखिल म्हणाला "अगं माहित आहे, म्हणून तर तुला तो शब्द सांगितला,पण तुला फोनवर सविस्तर सांगता येणार नाही,तू इथे आलीस की बघू,आता तू नंदा देवी राजजात यात्रा ह्याविषयी माहिती करून घे,तुझ्या गुगल बाई ह्यात तुला बरीच मदत करू शकतील,go to google and search for it." अवनी म्हणाली "अरे! खरंच हे मला आधी का नाही सुचलं!" तिने थँक्स, ओके बाय,म्हणून फोन ठेवला,आणि लगेच लॅपटॉप ऑन करून गूगलवर टाइप केलं,'नंदादेवी राज जात यात्रा'. तिच्या सर्चमध्ये गुगलनी काही व्हिडीओज आणि संकेतस्थळाच्या लिंक result म्हणून डिस्प्ले केल्या. त्यातल्या एका व्हिडीओवर तिचं लक्ष गेलं,त्या व्हिडीओवरच्या थांबलेल्या चित्रात एक मेंढा हार,गुलाल आणि फुलांनी सजवलेला दिसला आणि अवनीने त्या व्हिडिओच्या प्ले बटनावर क्लिक केलं. तो व्हिडीओ नंदा देवी यात्रेचा होता आणि तो मेंढा देवीच्याच नावानी यात्रेत सोडतात अशी काहीशी माहिती त्या व्हिडीओ मधून मिळत होती.

१२०० वर्षांपूर्वी...

बघता बघता चैत्र पाडव्याचा दिवस उजाडला.ह्या दिवसासाठी आजोबा उद्धवकडून इतके दिवस मानसिक तयारी करून घेत होते.आता आजोबाही त्याच्याशी हातवारे करून बोलायला शिकले होते,त्याने काढलेल्या चित्रांचा त्याला अर्थ समजावून सांगत होते.पण एकटे असताना नेहमी ते अश्रू ढाळत आणि म्हणत, "नियती किती कठोर आहे, मी स्वतःच माझ्या नातवाला मृत्यूच्या दाढेत देणार आहे.माझ्यापेक्षा त्याचा बाप बरा ज्याने हयाचा त्याग केला, निदान त्याच्या माथी ह्याच्या मृत्यूचे पाप तर येणार नाही."आणि दुःख करत बसत.

नाशिकमध्ये गणेश आजोबा पौरोहित्य शिकवत असत. तिथे नचिकेत गोखले नावाचा एक विद्यार्थी होता. तो उद्धवचा अतिशय चांगला मित्र होता.उद्धव हिमालयात जाणार आहे हे ऐकून त्यानेही त्या दोघांबरोबर येण्याचा हट्ट धरला.पण गणेश आजोबा त्याला न्यायला तयार होईनात. नचिकेतचे आईवडीलही त्याला पाठवायला तयार नव्हते. नाईलाजाने नचिकेतला नाशिकमध्येच राहावे लागले आणि आजोबा व उद्धव दोघेही हिमालयाच्या वाटेने मार्गस्थ झाले.आजोबांनी मनोमन सूर्याला नमन करून गोदावरी मातेसमोर हात जोडले आणि म्हणाले, "हे निसर्गदेवते, आमचं रक्षण कर." हा सर्व प्रकार पाहून उद्धवच्या मनात प्रश्नांचं काहूर माजायचं आणि डोळ्यात पाणी भरायचं, त्याला व्यक्त व्हायचं होतं, मनात ज्वालामुखी उफाळत होता पण मुखाच्या धरणाचा बांध त्या अविरत विचारस्त्रोताला अडवत होता,आणि ते विचार पाणी बनून डोळ्यावाटे आपला मार्ग मोकळा करत.चित्रांचं माध्यम त्याच्याजवळ होतं पण त्याला मर्यादा होत्या.आजोबा त्याच्या मनाची ही अवस्था जाणून होते.ते लगेच उद्धवला पोटाशी धरून म्हणत, "बाळा, नियतीच्या मनात काय आहे माहीत नाही,पण एक दिवस मात्र तू नक्की बोलायला लागशील, काळजी करू नको बाळा"आणि उद्धवची समजूत घालत.

आता दोघांनीही गोदावरी मागे सोडली होती आणि उज्जैननगरीकडे वाटचाल करत होते. वाटेत जिथे जिथे छोटी गावे लागतील तिथे विसावा

घेऊन,गावात भिक्षा मागून आपलं पुढचं मार्गक्रमण करायचं आणि ज्या गावात सूर्यास्तापर्यंत पोहोचू तिथे रात्री मुक्काम करायचा अशी त्यांची दिनचर्या होती. इकडे दोन दिवसांनी नचिकेत,आई बाबा झोपले असताना घर सोडून हिमालयाच्या दिशेने निघाला.तो १२ वर्षाचा पोर मागचा पुढचा कसलाही विचार न करता मित्रप्रेमापोटी घर सोडून निघाला होता.काय करणार?कुठे राहणार? त्याला काही काही माहिती नव्हतं...

इथे आता आजोबा आणि उद्धव दोघांनाही चालता चालता बराच वेळ झाला होता पण त्यांना कुठेही गाव लागलं नव्हतं,म्हणून एक झाड पाहून त्या झाडाखालीच आज रात्री मुक्काम करावा असे आजोबांनी ठरवले.त्या झाडाच्या सुकलेल्या फांद्या तोडून आजूबाजूचा पाला पाचोळा गोळा केला आणि त्यांनी अग्नी प्रज्वलित केला.शिदोरीला थोडी फळे होती त्याचा फलाहार केला आणि आपल्या नातवाशी अबोल संवाद साधत बसले आता चंद्र डोक्यावर आला आणि चांदण्यांनी आकाश भरून गेलं.आजोबांना गाढ झोप लागली पण उद्धव मात्र जागा होता, मातीवर काहीतरी रेखाटत बसला होता. त्याचे रेखाटन चालू असतानाच अचानक त्याला पैंजणांचा आवाज आला,पक्ष्यांचा किलबिलाटही त्या मध्यरात्री अचानक सुरू झाला होता.ते ज्या झाडाखाली बसले होते त्या झाडाच्या फांदीवर एक घुबड बसलेलं दिसलं. मोठा धीर करून तो उठला आणि पैंजणांच्या आवाजाच्या दिशेने त्याची पावलं चालू लागली.१०-२० पावलं जेव्हा तो पुढे चालत गेला तेव्हा त्याला एक प्रकाश दिसला, त्या प्रकाशाच्या दिशेने तो चालू लागला.आता पैंजणांचा आवाजही अधिक स्पष्ट जाणवत होता. थोडं पुढे गेल्यावर एक नाग आपल्या मण्यासह त्याच्यासमोर फणा काढून उभा असलेला त्याला दिसला.उद्धव आता चांगलाच घाबरला होता.त्याला दरदरून घाम फुटला आणि तो नाग हळूहळू त्याच्याजवळ येत होता.तो नाग भीती वाटेल असे फुत्कारत होता, ते पाहून उद्धव जागीच खिळून राहिला.तो उद्धवच्या दिशेने आला व त्याच्या पायापाशी विळखा घालून बसला.आता तो त्याला दंश करण्याच्या पूर्ण तयारीत होता.तो त्याला दंश करणार, इतक्यात मागून अजून एक फुत्कार त्याला ऐकू आला आणि तो नाग दंश करण्याचा थांबला.उद्धवने मागे वळून पाहिले तर नागमण्याच्या त्या दिव्य प्रकाशातून एक मानवी

आकृती समोर आली.ती आकृती जशी जशी समोर आली तसा तसा पैंजणांचा आवाजही अधिक स्पष्ट होऊ लागला, आणि एक अतिशय सुंदर स्त्री उद्धवसमोर येऊन उभी राहिली.तीच त्या नागासोबत सर्प भाषेतून संवाद साधत होती,ती जवळ येताच त्या नागाने उद्धवच्या पायापाशी घातलेला विळखा सोडला आणि तिच्या बाजूला जाऊन उभा राहिला.उद्धवला काही बोलता येईना पण त्याच्या अंतरात भावनांचा कल्लोळ माजला होता आणि तो सर्व प्रकार पाहून उद्धव त्याच जागी बेशुद्ध झाला.

वर्तमान

अवनीने त्या व्हिडिओवरील प्ले बटणावर क्लीक केलं, हा व्हिडीओ नंदा देवी राजजात यात्रेबद्दल माहिती देणारा होता.

नंदा देवी यात्रा ही उत्तराखंडमधल्या कर्णप्रयाग जिल्ह्यापासून सुरू होते आणि कैलासाच्या वाटेवर असलेल्या होमकुंड पर्यंत येऊन पूर्ण होते.ही यात्रा दर बारा वर्षांनी भरते,आणि ती नंदादेवी आणि सुनंदा देवी ह्या देवींची यात्रा आहे.स्थानिक लोककथेनुसार देवी पार्वतीने स्वतः कर्णप्रयाग येथील चंद राजाच्या वंशात नंदादेवीच्या रुपात जन्म घेतला होता आणि देवी सुनंदा ही नंदा देवीच्या पाठोपाठ जन्माला आली.लोकांच्या म्हणण्यानुसार सुनंदा देवी ही पार्वतीची प्राणप्रिय सखी होती.नंदा देवी राजजात यात्रा हा त्या दोन्ही देवींचा उत्सव आहे.

इथले स्थानिक लोक नंदादेवीला आपली कन्या मानतात. ह्या उत्सवाच्या रूपाने ते देवीची पाठवणी, तिचे पती म्हणजेच भगवान शिव ह्यांचे वास्तव्य असलेल्या कैलासाच्या दिशेने करतात. सर्व यात्रेकरू होमकुंड ह्या स्थानापर्यंत नंदादेवी च्या डोलीसोबत जातात.

ही यात्रा तब्बल ३ आठवडे चालते. ह्या मार्गात अतिशय अडथळे असतात. काही लोक तर ही यात्रा अनवाणीसुद्धा करतात.ह्या यात्रेचा मार्गही अतिशय घनदाट जंगलातून,कधी बर्फाच्छादित पर्वतरांगांतून तर कधी कधी हिमालयातल्या शुष्क प्रदेशातून जातो,आणि ह्याच यात्रेमधला एक पडाव आहे रुपकुंड.

ह्या यात्रेमध्ये अनेक अकल्पित गोष्टी घडत असतात पण एक गोष्ट मात्र परंपरागत चालत आलेली आहे,ती म्हणजे यात्रेच्या साधारण एक महिना आधी नौटी या गावातील एका व्यक्तीला स्वप्न पडतं की अमुक अमुक ठिकाणी ४ शिंगे असलेला मेंढा जन्माला आला आहे.त्या स्वप्नानुसार त्या मेंढ्याचा शोध सुरू होतो,आणि तो मिळाला की यात्रेच्या पहिल्या दिवशी म्हणजे नंदा अष्टमीला त्याची पूजा करून त्याला पानाफुलांनी भरजरी कपड्यांनी सजवून यात्रेत मुक्त केलं जातं.

हा मेंढा कसा काय जन्माला येतो ? बरोबर एक महिन्यापूर्वी त्याचा पत्ता कसा लागतो? हे सर्व न उलगडलेलं कोडं आहे.इथले स्थानिक म्हणतात, आम्हाला देवीची आज्ञा होते आणि आम्ही त्याप्रमाणे वागतो,आम्ही ह्या प्रश्नांचा विचार करत नाही.काही लोक असंही म्हणतात की हा मेंढा म्हणजे देवीचे वाहन आहे त्यामुळे तो देवीबरोबर असतो.

आता ह्या यात्रेशी निगडित बऱ्याच गोष्टी आहेत,पण सगळ्यात प्रचलित असलेली यात्रेची गोष्ट म्हणजे कनौजचा राजा जसधवल ह्याला नंदा देवीने दिलेला शाप. लोक असंही म्हणतात की हाच राजा कारणीभूत ठरला रुपकुंड येथे झालेल्या लोकांच्या मृत्यूसाठी.हया राजाने देवीला आव्हान केले होते आणि आपल्या अहंकारात त्याने आपल्यासह आपल्या सैन्यातील लोकांचाही मृत्यू ओढवून घेतला.अशी आख्यायिका आहे की राजा आणि राजाबरोबर आलेल्या सैन्याचा नाश करण्यासाठी रूपकुंडचा क्षेत्रपाल असलेल्या लाटू देवतेस नंदा देवीने आज्ञा दिली आणि त्या लाटू देवाने आपल्या सहकाऱ्यांसह मंत्र शक्ती आणि दिव्य विद्यांचा वापर करून नैसर्गिक विनाश घडवून आणला.त्याच वादळाचा परिणाम म्हणजे त्या सर्व लोकांच्या डोक्यात बर्फगोल आदळून त्यांचा मृत्यू झाला. हेच ते लोक आहेत ज्यांच्या अस्थी हिमालयाने इतकी वर्षे जतन करून ठेवल्या आहेत.

अवनी ही डॉक्युमेंट्री बघून सर्व घटनांचा विचार करू लागली आणि त्या मंथनातून तिच्यासमोर दोन प्रश्न उभे राहिले,

पहिला म्हणजे कोकणस्थ चित्पावन ब्राह्मणांचे DNA त्या हिमालयात कसे सापडले?काय संबंध होता त्या ब्राह्मणांचा नंदा देवी यात्रेशी ?

आणि अवनीला पडलेला दुसरा प्रश्न असा की जरी ते लोक त्या बर्फगोळयाच्या घाताने मेले असतील तरी तलावाच्या आजूबाजूला ते मरून पडले हे मी समजू शकते पण त्या तलावाच्या पाण्यातही मानवी अस्थी आहेत, इतके सर्व लोक त्या तलावात काय करत होते ?

अवनीने पुन्हा निखिल सानेला फोन केला व आपले प्रश्न विचारले,त्यावर तो इतकंच म्हणाला,"आता तुझी भारतात येण्याची वेळ झाली आहे" आणि त्याने फोन ठेवला.

आता अवनीही भारतात यायला अधीर होती,तिने लगेच पद्माबाई आणि तिचे वडील मधुसूदन गोखले ह्यांना आपल्या मनातली इच्छा सांगितली व भारतात जाण्याची परवानगी मागितली.भारतात कुठे राहायचे हा प्रश्न तिला नव्हताच,ती तिच्या नाशिकमधे राहणाऱ्या आजीलाही आता १२ वर्षांनी भेटणार होती.आजीला तिने फोन करून तसे सांगितलेसुध्दा.

मधुसूदन गोखले मात्र मुलीची मनिषा ऐकून थोडे विचारात पडले,पण तिच्या शिक्षणासाठी त्यांनी परवानगी दिली. 'रूपकुंड' हा शब्द मात्र त्यांच्या मनात सारखा घोळत राहिला.त्यांनी त्यांच्या लहानपणी त्या रूपकुंडच्या गोष्टी त्यांच्या आई वत्सला बाई ह्यांच्याकडून ऐकल्या होत्या.एका महिन्यानंतर अवनीची भारतात जायची तारीख नक्की झाली आणि ती तिने निखिल साने व आपली नाशिकमध्ये राहत असलेली वत्सला आजी ह्यांना कळवली.

१२०० वर्षांपूर्वी....

कुणीतरी उद्धवच्या डोळयावर पाणी मारलं.उद्धवने जेव्हा डोळे उघडले तेव्हा तो त्या स्त्रीच्या मांडीवर होता आणि एक माकड हातात पानांची वाटी घेऊन त्यातलं पाणी उद्धवच्या डोळयावर मारत होतं.उद्धवला जशी जाग आली तसा तो ताडकन त्या स्त्रीच्या मांडीवरून उठला आणि चार पावलं मागे गेला.त्याच्या चेहऱ्यावर भीती स्वेदबिंदूचे ओघळ बनून वाहत होती,आणि उद्धव मुकेपणानेच संवाद साधायला लागला.त्याने हावभाव करून सांगितलं की "कृपया मला काही करू नका."आता ते झाडावर पाहिलेलं घुबडही त्या

स्त्रीच्या खांद्यावर येऊन बसलं होतं. तिथे असलेले सर्वच पशुपक्षी तिची आज्ञा पाळत होते असे दिसत होते.हा सर्व विचित्र प्रकार पाहून उद्धवने तिचे पाय धरून मला सोडून द्या असे भाव मुकेपणानेच प्रदर्शित केले.

त्या स्त्रीने त्यावर मिश्किलपणे हसून त्याला हाताने धरून उभे केले व उराशी कवटाळले.त्याला म्हणाली,"बेटा, घाबरू नकोस मी तुझ्यासाठीच येथे आले आहे." तिने पुन्हा त्या पानाच्या वाटीतले थोडे पाणी त्याला प्यायला दिले आणि म्हणाली, "मला माहित आहे तू हिमालयात चालला आहेस,तुझा उद्देशही मला माहित आहे,आणि त्यासाठीच त्याने मला तुझ्या मदतीसाठी धाडले आहे,तुझ्या मनातून भीती मला पूर्णपणे काढून टाकायची आहे".असे म्हणत तिने तिच्या जवळील एक कुपी बाहेर काढली आणि उद्धवच्या तोंडात त्यातले दोन थेंब टाकले.त्या १० वर्षाच्या मुलाला ह्या गोष्टीचा काहीच अर्थ कळेना,पण त्या स्त्रीची मोहिनी आईच्या मायेची होती.उद्धव त्याच मोहापायी सर्व करत होता.त्या कुपीतले द्रव्य पिऊन तो त्या स्त्रीला पूर्णपणे वशीभूत झाला, आणि एक प्रकारची गुंगी त्याला जाणवायला लागली.आता तो पूर्णपणे त्या स्त्रीच्या अधीन झाला.

इतक्यात तिथे दोन लांडगे एक मानवी प्रेत घेऊन आले,सोबत पाच सहा माकडेही आली होती. त्यांनी हातात काही झाडाच्या लाकडाचे तुकडे आणले होते. त्या प्रेतावर त्या स्त्रीने उद्धवला बसवलं आणि त्याच्या डोक्यावर हात ठेवून संकल्प म्हणू लागली, त्या संकल्पात तिने उद्धवच्या नावाचा आणि गोत्राचा उच्चार केला व म्हणाली,

होईल सफल ही शव साधना | त्यागेल हा भय भावना

जळते प्रेत ही होईल साक्षी | ब्रह्मज्ञानाची येईल प्रचिती

हा उद्धव भार्गव वंशी | उठेल घेउनी अद्भुत शक्ती

साक्ष आकाशाची गूढ निळाई | त्याचाच अंश माझे ठाई

मी निसर्ग कन्या अनुगामी | विद्या देईन जी येईल कामी

इतके बोलून त्या स्त्रीने उद्धवला त्या प्रेतावरून उठवले आणि त्याला आता प्रेताच्या समोर बसवले.आता त्या माकडांनी ती आणलेली लाकडं त्या

प्रेतावर टाकली आणि त्या जागेपासून दूर झाली.आता तिने प्रेत व उद्धव यांभोवती एक अग्नी रिंगण तयार केले,आणि एक ग्रंथ उद्धवच्या हातात दिला व त्याला वाचायला सांगितला. उद्धव तिच्या अधीनच होता,उद्धवने मनातल्या मनात त्या ग्रंथाचं वाचन सुरू केलं.मग त्या स्त्रीने केवळ मंत्रांनी त्या प्रेतावरच्या लाकडांवर अग्नी प्रज्वलित केला.आता त्या अग्नी रिंगणात प्रेताच्या एका बाजूला ती स्त्री बसली होती आणि दुसऱ्या बाजूला उद्धव तो ग्रंथ वाचत होता आणि जसजसे उद्धव त्या ग्रंथाची पाने वाचून पूर्ण करत होता तसतशी ती प्रेताला जाळणारी आग आपल्या अग्नी शलाकांचे रंग बदलत होती.

आता उद्धव ग्रंथाच्या शेवटी आला होता आणि त्याने "ओम शांती शांती शांती!" आपल्या मनात म्हणून तो ग्रंथ बंद केला. आता त्या प्रेतामधून पांढऱ्या रंगाचा प्रचंड ऊर्जा स्तंभ प्रकट झाला आणि उद्धवच्या शरीरात सामावला.आता त्याचे शरीरही प्रकाशमान झाले होते, त्याला समाधी अवस्था प्राप्त झाली होती. उद्धव ध्यानात लीन झाला.

काही वेळाने प्रेताचा धगधगणारा अग्नीही शांत झाला आणि त्या स्त्रीने जागेवरून उठून आपली पावले उद्धवकडे वळवली.तिने उद्धवच्या भ्रूकुटीला स्पर्श केला व उद्धव ध्यानातून शांत अवस्थेतच बाहेर आला.

आता त्या स्त्रीने उद्धवला प्रश्न विचारला, "तू कोण आहेस ?" आणि उद्धवच्या मुखातून पहिल्यांदा शब्द उमटले, "अहं ब्रह्मास्मि!"

वर्तमान

"आजी मी आले!" अवनी दारातूनच जोरात उत्स्फुर्तपणे ओरडली. वत्सलाबाईंना तर अवनीच्या येण्याने पंखच फुटले होते.नाशिकच्या त्यांच्या छोटेखानी घरात त्या एकट्याच राहात असत.आपला मुलगा आपल्याला भेटायला येत नाही याची खंत करत आणि आपले पती वामनराव ह्यांच्या आठवणींनी दिवस कसेबसे रेटत असत.पण आता नात आली म्हटल्यावर ते थकलेले पायही आता सोळा वर्षाच्या मुलीप्रमाणे बागडू लागले.अवनीला

दरवाजातच अडवून तिच्यावरून भाकरीचा तुकडा त्यांनी ओवाळून टाकला आणि मग उराशी तिला कवटाळून घेतले.डोळ्यात साठून राहिलेला इतक्या वर्षांचा अश्रूंचा बांधही आता फुटला होता. वत्सलाबाई अवनीला मिठी मारून मोकळ्या होत होत्या.

अवनीला थोडं अवघडल्यासारखं झालं, पण तिने आजीला मोकळं होऊ दिलं.आता आजीही शांत होऊन प्रफुल्लित झाली होती. आणि दोघीही अगदी मैत्रिणींप्रमाणे एकमेकींशी गप्पा मारण्यात रंगून गेल्या.दोघींची जेवणं उरकली,अवनी तर किती वर्षांपासून उपाशी आहे की काय अशी अधाशासारखी जेवली.जेवणं झाल्यावर दोघी पुन्हा गप्पा मारायला लागल्या. आजींनी सर्वांची खुशाली विचारली आणि 'मोठया लोकांची पावलं आजीच्या झोपडीकडे कशी वळली' म्हणत एक टोमणा मारला. अवनी काहीही बोलली नाही.तिला माहीत होतं आजी इथे एकटी राहते त्यामुळे ती अशी बोलते आहे.वत्सलाबाई काही अमेरिकेत मुलाकडे जायला तयार नव्हत्या.त्या म्हणत "आता माझे असे किती दिवस राहिलेत, ह्याच घरात लग्न होऊन आले आता ह्याच घरात शेवटचा श्वास घेईन की जन्म भरून पावला!"

आणि स्वतःच थांबल्या, अवनीला म्हणाल्या "माफ कर बाळा, पण खूप वर्षांचं साठलं आहे ना म्हणून असं होतं", अवनीही सगळं समजून घेत होती.आता वत्सलाबाईंनी अवनीला येण्याचा उद्देश विचारला, त्यावर अवनी म्हणाली "अगं आजी, मी Phd करण्याच्या विचारात आहे." आजी आपल्या नातीची मनीषा ऐकून खुश झाली आणि तिने विचारलं, "मग काय ठरवलं आहेस, कशावर करणार आहेस रिसर्च?" अवनी म्हणाली 'रुपकुंड'. हे ऐकून वत्सलाबाई थोड्या गंभीर झाल्या.अवनीने आजीच्या चेहऱ्यावरचे ते गंभीर भाव लगेच टिपले आणि म्हणाली, "काय गं आजी, काय झालं! तुला माहिती आहे का रुपकुंड काय आहे?"त्यावर वत्सलाबाई म्हणाल्या "तुला तुझ्या बाबांनी काही सांगितलं नाही का?" तर अवनी म्हणाली "नाही, काहीच नाही, पण फक्त एवढंच म्हणले की तू जे काय करते आहेस, करणार आहेस ते आजीच्या कानावर घाल."आता आजी म्हटली "रुपकुंड म्हणजे तेच का, हिमालयातल्या चमोली जिल्ह्यात आहे ते,आणि जिथे शेकडो माणसांची हाडं सापडली आहेत?" "हो हो आजी तेच!"अवनी उत्साहात

म्हणाली.आजीला त्याबद्दल माहिती आहे हा विचार अवनीला सुखावून गेला, आणि ती म्हणाली "आजी अजून काही तरी सांग ना." त्यावर आजी म्हणाली, "बाळा आता झोप,जेटलॅगचा त्रास होईल तुला आणि तुझा मित्र साने का कोण तो येणार आहे ना? " "आजी निखिल नाव आहे त्याचं,त्यावर आजी म्हणाली "अगं तोच गं. तो येईल संध्याकाळी मग आता थोडा आराम कर." संध्याकाळचे ५ वाजले होते आणि निखिल दारात येऊन उभा राहिला. अवनीला तोही जवळ जवळ ७ वर्षांनी भेटला होता.तो मध्यंतरी अमेरिकेत आला तेव्हा त्यांची भेट झाली होती, त्याला पाहून अवनीला आनंद झाला.आता जास्त इकडचं तिकडचं न बोलता निखिलने सरळ विषयालाच हात घातला,म्हणाला "तुझं कौतुक करावसं वाटतं, कारण हा फार वेगळा विषय तू निवडला आहेस,पण तो तेवढा challenging ही आहे बरं. ऐक आता इतिहास काय सांगतो ते.कनौज चा राजा जसधवल याने ही यात्रा केली होती ,आपल्या राणीला शापातून मुक्त करण्यासाठी, पण तो स्वतःच जास्त अहंकारी होता.मी देवीलाही नमवू शकतो ही त्याला खात्री होती, त्याने आपल्या राज पुरोहिताला बोलावून नंदा देवी राज जात यात्रेचे नियम काय आहेत ते विचारले.त्यावर पुरोहिताने सविस्तर ते नियम राजाला समजावून सांगितले आणि मग राजाने पुरोहिताला जायला सांगितले व मनाशीच ठरवले की अगदी याच्या विरुद्ध करायचे.त्याची हे सर्व विचार करण्याची हिंमत फक्त एका व्यक्तीच्या जीवावर होती,त्याचे गुरू मणिभद्र स्वामी!हे कामाख्या तंत्र पिठाहून आलेले आणि काळी जादू,इंद्र जाल,आणि अघोरी विद्यांमध्ये पारंगत असलेले होते.त्यांनी काही विद्या राजालाही शिकवली होती आणि राजाला हाताशी घेऊन त्यांना संपूर्ण भारत खंडात त्यांची सत्ता प्रस्थपित करायची होती. हे सर्व करण्यासाठी त्यांना शक्ती तत्व आपल्या तंत्र विद्येनी वशीभूत करून घ्यायचं होतं,हिमालयात देवी पार्वतीची शक्ती नंदा रूपात जागृत आहे हे मणीभद्र स्वामीना माहिती होतं आणि त्यांनी राजाच्या साहाय्याने नंदा देवीच्या यात्रेचे नियोजन केले."

हे सर्व ऐकून अवनी म्हणाली "बापरे, किती भयानक आहे हा प्रकार! पण खरंच असं असतं का रे निखिल?"त्यावर निखिल म्हणाला "बघ अवनी, आत्ता जरी ह्या सर्व काल्पनिक वाटणाऱ्या गोष्टी आहेत ,पण कल्पना हा

घडलेल्या घटनांचा आधार आहे,आता हेच बघ ना, तिथे चित्पावन ब्राह्मणांच्या हाडांचे अवशेष मिळणं हेही तर्कसंगत वाटत नाही पण, आपल्या इतिहासात आत्ताचे चित्पावन सगळे उत्तरेकडून स्थलांतर करून कोकणात स्थायिक झाले आहेत असंही काही तज्ञ लोकांचं मत आहे."

इतक्यात वत्सलाबाई देव दर्शन करून आल्या आणि दोघांसाठीही संध्याकाळच्या नाष्ट्याची सोय केली.त्यानंतर दोघांचं बोलणं चालू असताना फक्त एवढंच म्हणाल्या की "रुपकुंड येथे चित्पावन ब्राह्मण होते बरं! आणि आपला कोणी तरी पूर्वज त्या वेळी तिथे गेला होता म्हणे,काय बरं नाव त्यांचं?हा आठवलं, नचिकेत गोखले!"

अवनी आणि निखिल अवाक होऊन ऐकू लागले.पण मग आजी म्हणाल्या "मुलांनो, मी पण लग्न झाल्यापासून ह्याच गोष्टी ऐकल्या आहेत, पण त्या गोष्टीच आहेत, त्याची पुष्टी करणारं असं माझ्याकडे काही नाही.हे म्हणायचे की आपल्या त्या पूर्वजानी त्याचे अनुभव एका वहीत लिहून काढले होते.पण ते त्या संकटांतून कसे वाचले, परत ते नाशकात कसे आले काही माहीत नाही, त्यांनी लिहून ठेवलेली वही ह्यांनी कुठे ठेवली कोण जाणे आणि ह्यांनीही मला त्या वहीबद्दल नंतर सांगितलं नाही, काळ बदलला तसं ह्या गोष्टी गोष्टीच राहिल्या"

आता रात्र झाली होती. निखिलही त्याच्या घरी गेला होता.अवनी आणि आजीही आता झोपायच्या तयारीत होत्या.पण बेडरूमपाशी जाताना अवनीला एक बंद खोली दिसली, तेव्हा तिने त्याबद्दल आजीला विचारलं. आजी म्हणाली "अगं ही अडगळीची खोली आहे, ह्या घराचं renovation केलं ना तेव्हा नको असलेलं सामान ठेवलं आहे त्या खोलीत, आणि आता मला लागत नाही तेही समान आहे त्यात."

अवनीची उत्सुकता मात्र वाढली आणि ती म्हणाली "आजी, मी पाहू का? त्या खोलीत काय काय ठेवलं आहे ते?"त्यावर वत्सलाबाई म्हणाल्या "बघ की, त्यात विचारायचे ते काय,थांब मी चावी आणते.!" वत्सला आजींनी त्या बंद खोलीचा दरवाजा उघडला.त्या खोलीत बऱ्याच जुन्या गोष्टी जसं तांब्या पितळेची भांडी, दिवे आणि पेट्या वगैरे ठेवल्या होत्या.समोर एक मोठं कपाट होतं.अवनीने ते कपाट उघडलं तर कपाटात एक लाकडाची जुन्या

धाटणीची संदुक दिसली.ती इतकी आकर्षक होती की अवनीला ती संदुक उघडायचा मोह अनावर झाला.अवनीने ती संदुक उघडली,त्यात एक रेशमी कपड्यात काही तरी गुंडाळून ठेवले होते.अवनीने अतिशय काळजीपूर्वक ते उघडलं. त्यात काही चित्र आणि एक जुनी जीर्ण झालेली वही दिसली. अवनीने ती चित्रं पहिली त्यात बरीचशी हिमालयातली चित्रं होती.त्यातल्या दोन चित्रांनी अवनीचं लक्ष वेधून घेतलं.एक चित्र होतं एका तलावाचं जो बर्फाच्छादित हिमशिखरांनी वेढला आहे, आणि दुसरं चित्र होतं चार शिंगं असलेल्या मेंढ्याचं.अवनी ते बघून आश्चर्यचकित झाली.आता तिने आपले लक्ष त्या वहीकडे वळवले.त्या वहीच्या पहिल्या पानावर लिहीलं होतं.'रुपकुंड रहस्य' आणि खाली नाव होतं 'नचिकेत गोखले'.

१२०० वर्षांपूर्वी

उद्धव पहिल्यांदा काही तरी बोलला होता.आणि जे बोलला होता ते ऐकल्यानंतर त्या स्त्रीची खात्री झाली होती की उद्धव च्या अंतर्मनात उलथापालथ झालेली घटना घडली आहे.उद्धव ब्रह्मज्ञानाच्याजवळ येऊन पोहोचला आहे. उद्धवही आता भानावर आला होता,आपण कोणत्या अवस्थेत होतो हे त्याला जाणवलं आणि ध्यानातून बाहेर आल्या आल्या त्याने त्या स्त्रीचे पाय धरले.आता त्याला आजूबाजूला असलेल्या जंगली श्वापदांचेही भय उरले नव्हते.त्याला कसलीही भीती जाणवत नव्हती आणि तो आता बोलूही शकत होता. त्याने त्या स्त्रीला नमस्कार केल्यानंतर पहिला प्रश्न विचारला "आपण कोण आहात? कृपया आपला परिचय सांगा" आणि ती स्त्री म्हणाली, "बाळा, केवळ कर्म धर्म संयोगाने आपण एकत्र आलो आहोत.तुझ्याकडून हे सर्व करून घेण्यामागे एक मोठा उद्देश आहे. तो तुला ह्या हिमालयाच्या प्रवासात कळेलच आणि तू जे ध्यानस्थ अवस्थेत माझ्याकडून शिकला आहेस ते तुला योग्य वेळी आठवेल,फक्त तुला नंदादेवी व माझे स्मरण करावे लागेल."त्यावर उद्धव म्हणाला, "पण अजूनही आपण आपला परिचय दिला नाही." आणि ती स्त्री म्हटली,

नितळ निळाई आकाशाची | ही सारी किमया सृष्टीची

वसली ती चराचरात शक्ती | म्हणून चैतन्य ह्या जगती

मी तिचीच सुता अनुगामी | निसर्ग कन्या मी निळावंती

"हो माझे नाव निळावंती, तुझा व माझा पूर्व जन्मीचा संबंध आहे.तो काय आहे हे सरत्या काळानुसार तुला कळेलच.पण बाळा, तुझ्यावर मोठी जबाबदारी आहे.त्यासाठी तुझ्याकडून हे सर्व करून घेण्याची आवश्यकता होती.तुला वाचा आली,आता तुला मंत्रही उच्चारता येतील." त्यावर उद्धवने विचारले "पण हे सर्व कशासाठी?"

त्यावर निळावंती म्हणाली, "बाळा, ह्या निसर्गात जशा दैवी शक्ती आहेत,तशा वाईट शक्तीही आहेत.हिमालयात नंदादेवीची दैवी शक्ती जागृत आहे.आणि तिला वशीभूत करण्याचे काम राजा जसधवल करतो आहे.त्याचे गुरू माणिभद्र स्वामी ह्याच्या मदतीने ती जागृत दैवी शक्ती जर त्यांना वशीभूत झाली तर ती महाकालीच्या रूपात तांडव करेल व त्यांच्यावर प्रसन्न होऊन त्यांची सत्ता प्रस्थापित करण्यासाठी त्यांना मदत करेल.पण एक वेळ अशी येईल की त्यावर त्या माणिभद्र स्वामींचंही नियंत्रण राहणार नाही.तेव्हा चांगल्या वाईटाचा भेद नष्ट होईल आणि जी शक्ती सृजन करते,तीच शक्ती विनाशाला कारणीभूत होईल.त्या वेळेस तुलाच तिच्या सामोरे जायचे आहे." त्यावर उद्धवने विचारले, "पण देवी, आपण म्हणालात ती दैवी शक्ती आहे मग त्याचा वाईट गोष्टीसाठी कसा वापर करता येईल?"त्यावर निळावंती म्हणाली "बाळा, मंत्रामध्ये देवतेला बांधून ठेवण्याची शक्ती आहे.आणि हे मंत्र ज्याच्या अधीन असतात त्याच्या अधीन त्या देवताही असतात." "पण ह्या सगळ्याचा माझ्याशी काय संबंध?" "तुला त्याने निवडले आहे कारण त्याला खात्री आहे की तूच ही जबाबदारी पार पाडू शकतोस. आणि तूला तुझ्या पूर्वजन्मी ह्या गोष्टीची पूर्ण माहिती होती पण काही कारणास्तव तुझे अकस्मात निधन झाले,आणि तुला हा जन्म मिळाला." उद्धवने पुढे विचारले "आपण सारखा ज्याचा 'तो' म्हणून उल्लेख करता आहात तो कोण आहे?" "बाळा ते तुला तुझ्या हिमालयाच्या प्रवासात समजेलच.आणि हो, तुम्ही जेव्हा हरिद्वारला पोहोचाल तेव्हा पंडित गिरीजाशंकर तुला काही मार्गदर्शन

करतील ते आत्मसात करून घे,मी तुझ्या पाठीशी आहेच,माझ्याविषयी आणि ह्या विद्येविषयी पंडित गिरीजाशंकर तुला सविस्तर सांगितलंच पण तोपर्यंत तू तुझे तोंड उघडायचे नाहीस. तुला बोलता येते आहे हे कोणालाही समजायला नको."इतक्यात कोंबडा आरवला,आणि निळावंती म्हटली "बाळा, आता मला निघायला हवं.माझी शक्ती तुझ्याबरोबर असेल,तुला सर्व प्राण्यांची भाषा कळेल,त्यांच्याशी संवाद साधता येईल,आणि हिमालयात जो तुला भेटणार आहे,त्या वेळी तुला त्याच्याशी संवाद साधायलाही ह्याचा उपयोग होईल.आपली पुन्हा भेट होईलच, तोपर्यंत ही अंगठी तुझ्याजवळ ठेव!"असे म्हणून निळावंती अंतर्धान पावली.

उद्धवला ह्या सर्व गोष्टी आता समजत होत्या पण अजूनही त्याला बरेच प्रश्न पडले होते,तरीही आता तो स्थिर होता. त्याला आता भविष्याच्या घडामोडींची चाहूल आणि त्यांचं गांभीर्य लक्षात येत होतं, पण निळावंतीने केलेली मायेची पखरण त्याच्यासाठी सगळयात अमूल्य होती.

इतक्यात उद्धवला कुणीतरी हाक मारल्याचं जाणवलं, पाहिलं तर आजोबा येत होते, उद्धवने लगबगीने जाऊन आजोबांना मिठी मारली आणि रडू लागला.आजोबांनी उद्धवचे अंग चाचपडून पाहिले, कुठे काही लागलं तर नाही ना म्हणून, आणि पुन्हा त्याला उराशी कवटाळले आणि म्हणाले, "कुठे गेला होतास बाळा? जीव अगदी कासावीस झाला होता,नको रडूस बाळा आपण सगळे त्या आईची लेकरं आहोत, अणि तीच ह्या जगाची शक्ती आहे,आपल्याला कसली भीती." पण उद्धव मात्र का रडत होता हे त्याचे त्यालाही कळत नव्हते. आता उद्धव आणि आजोबा त्या जंगलातून जवळच्या गावात पोहोचले आणि सकाळचे आन्हिक दोघांनीही आटोपून घेतले.त्या गावातील देवीच्या मंदिरात त्यांनी मुक्काम केला होता.उद्धव आजोबांना खूपच थकलेला दिसला.त्यांनी उद्धवला थोडा आराम करायला सांगितले आणि त्याच्या शेजारीच बसून राहिले.उद्धवला झोपेतच ताप भरला.काही केल्या ताप उतरेना.शेवटी देवळातल्या पुजाऱ्याने गावातल्या वैद्यबुवांना बोलावले. त्यांनी नाडी परीक्षण केले पण काही कळेना.आजोबांनी शेवटी देवाला साकडे घातले,आणि म्हणाले "देवा, मी जर काही पुण्य केले असेल तर माझ्या उध्दवला बरे कर." दोन दिवसांनी जणू देवाने त्यांचे

गाऱ्हाणे ऐकले आणि उद्धव बरा झाला.त्याच्यासाठी त्या गावातल्या लोकांचीही बरीच मदत झाली होती. दोन दिवसांनी पुन्हा एकदा आजोबा व उद्धवने प्रवासाला सुरुवात करायचे ठरवले. गावातल्या सगळ्या लोकांचा निरोप घेऊन ते निघणार,इतक्यात कुणीतरी देवळामागून धापा टाकत येताना दिसले.तो दुसरा तिसरा कोणीही नसून नचिकेत होता.आजोबांना जेव्हा समजले की नचिकेत घर सोडून आला आहे ,तेव्हा ते त्याच्यावर खूप रागावले,पण आता त्याला बरोबर घेणे भाग होते. आणि उद्धव,नचिकेत व आजोबांचा हिमालयाच्या दिशेने प्रवास सुरु झाला.

अंतआरंभ

वत्सलाबाई म्हणाल्या, "बाई बाई बाई!! काय म्हणावं ह्याला?इतके दिवस ही वही इथे होती पण मला पत्ताच नव्हता,हयाला म्हणतात काखेत कळसा अन गावाला वळसा, असो!"अवनी मात्र हे सर्व अनुभवताना मंत्रमुग्ध झाली होती.आता तिची रुपकुंड रहस्य जाणून घेण्याची उत्सुकता अधिक ताणली गेली होती. वही घेऊन ती आपल्या बेडरूम मध्ये गेली.वत्सला बाईही आता आपल्या खोलीत झोपायला गेल्या होत्या.

अवनीने बेडजवळच्या टेबलवरच ती वही ठेवली आणि झोपण्याचा प्रयत्न करू लागली.आता मात्र अवनीला झोप लागेना.तिने ती वही हातात घेतली आणि एक एक पान उलटायला सुरुवात केली.

त्या वहीवरच्या पहिल्या पानावरच पहिले शब्द होते, 'अंत आरंभ' आणि अवनीने वाचायला सुरुवात केली...

आता आम्ही तिघे म्हणजे मी ,उद्धव आणि उद्धवचे आजोबा जवळ जवळ ३१ दिवसांनी उज्जैन,वाराणसी मार्गे हरिद्वार येथे येऊन पोहोचलो.ती अवखळ गंगा इथे पठारात प्रवेश करत होती.तिचं ते विस्तीर्ण खोरं आईच्या विशाल हृदयाप्रमाणे भासत होतं.ती हिमालयाची लाडकी लेक आता लाखो जणांची माता बनून त्यांचा उदरनिर्वाह चालवत होती. तिचे पाणी अंगावर घेण्याचा मोह काही आम्हाला आवरला नाही,आणि आमच्याबरोबर

आजोबाही त्या नदीच्या पाण्यात डुबक्या मारायला आले.आजोबा त्या नदीला पाहून अगदी भावविभोर झाले होते आणि त्यांनी गंगा मैय्याची स्तुती करायला सुरुवात केली. आम्ही तिघेही सकाळचं आन्हिक आटोपून आता आश्रमाच्या वाटेने चालू लागलो.आमच्या उजव्या बाजूला गंगा माई आणि डाव्या बाजूला बरेचसे आश्रम असलेला तो प्रदेश खरोखर देवभूमीत आल्याची जाणीव करून देत होता.आम्ही साधारण दुपारच्या प्रहरी पंडित गिरीजाशंकर ह्यांच्या गौरीशंकर पीठम ह्या आश्रमात येऊन पोहोचलो. पंडित गिरीजा शंकर हे दक्षिण भारतातले मोठे तपस्वी,पण त्यांच्या गुरूच्या आज्ञेनुसार ते आता हरिद्वार येथेच स्थायिक झाले होते.आम्ही पोहोचल्यावर त्यांनी मराठीतूनच "या या आपले स्वागत आहे!"असे म्हणून आम्हाला गूळ व पाणी दिले आणि नंतर त्यांनी एक क्षण उद्धवकडे प्रसन्न मुद्रेने पाहिले,व माझ्याकडेही ओझरता कटाक्ष टाकला.मग म्हणाले,"खूप लांबचा प्रवास केलात आपण,आधी थोडा आराम करा मग आपण बोलूच."

पंडित गिरीजा शंकर ह्यांचा आश्रम एखाद्या वाड्याप्रमाणे मोठा होता,त्यांचा शिष्यपरिवार हजारोंच्या घरात होता आणि आश्रमातच दीडशे ते दोनशे माणसांचा वावर होता.त्या वाड्यात एक छानसं देवघरही होतं त्यात मोठी नटराजाची मूर्ती होती आणि एक श्रीयंत्रही होतं.मी व उद्धव आजूबाजूला सगळं पाहात होतो पण आता आम्हाला दोघांनाही आरामाची गरज भासत होती आणि आम्ही आराम करायला गेलो.

आम्ही झोपलो असताना काही वेळाने उद्धव 'आऽऽ' करत ओरडतच उठला.त्याला दरदरून घाम फुटला होता,त्याने लगबगीने एक कागद घेतला आणि पुन्हा चित्र काढायला सुरुवात केली.

ते काढलेले चित्र साधेसुधे नव्हतें. त्या चित्रात हिमालयाच्या एका तलावाचा प्रदेश होता जो बर्फाच्छादित शिखरांनी वेढला होता,पण त्या सुंदर जागेवर रक्ताचा पाऊस पडताना दिसत होता. आकाशातून अग्नीगोल झेपावत होते, आणि काही लोक त्या तलावात अडकलेलेही दिसत होते.क्षमा याचनेच्या मुद्रेत ते आकाशाकडे डोळे लावून क्षमा दान मागत होते. आकाशात प्रत्यक्ष शक्ती सिंहवाहिनी रूपात प्रकट होऊन हे सर्व घडवून आणत होती.हे असे विचित्र चित्र उद्धवने काढले होते.

हा सर्व प्रसंग अवनी डोळ्यासमोर आणत होती,आणि तिच्या लक्षात आले की त्या संदुकीमध्ये वहीबरोबर काही चित्रेही होती.ती पुन्हा त्या अडगळीच्या खोलीत ती चित्रे पाहायला गेली.आणि जे तिला दिसलं ते अद्भुत होतं!!. इकडे तिचा फोन वाजत होता.त्यावर अक्षरे होती 'Richard calling'...

राणीचा शाप....

अवनी ते चित्र घेऊन आपल्या बेडरूममध्ये आली.मोबाईल पाहिला, तेंव्हा मोबाईलवर रिचर्डचा मिस्ड कॉल दिसला.तिने लगेचच रिचर्डला फोन केला.फोनवर रिचर्ड म्हणाला "Hey avani! how are you ? Hope your research is going well."त्यावर अवनी म्हणाली "yes it is going really well." त्यावर रिचर्ड म्हणाला Avani what I suggest is that,you should visit that place once,it will help you for your research."अवनी ऐकत होती,तिने अजूनतरी रिचर्डला त्या मिळालेल्या वहीबद्दल काही सांगितलं नव्हतं.रिचर्ड म्हणाला "hey Avani I am coming there next week. We will go for trek and visit the place in person,also take your friend Nikhil with us if possible,it will help us a lot."अवनीने रिचर्डला 'ok' सांगितलं आणि फोन ठेवला.आता अवनी झोपेच्या अधीन झाली.झोपतानासुद्धा हाच विचार करत होती,हा योगायोग म्हणावा की प्रारब्ध,जी गोष्ट मी इंटरनेटवर शोधत होते,त्या घटनांचे हरवलेले दुवे मला माझ्याच घरात सापडले.आता मात्र सत्यापर्यंत पोहचलेच पाहिजे!

अवनी मस्त झोप काढून दुसऱ्या दिवशी दुपारी १२ वाजता उठली, वत्सलाबाईंनी पण तिला उठवलं नाही,म्हणाल्या,"पोर लांबचा प्रवास करून आली आहे झोपू दे हवं तेवढं."

अवनीने उठल्या उठल्या सगळे सोपस्कार आटोपून चहा पिता पिता वही चाळायला घेतली आणि पुन्हा वाचनात गुंग झाली.

51

वहीमध्ये....

मी ते उद्धवने काढलेलं चित्र पाहून अवाक झालो,आणि काही बोलणार इतक्यात आम्हाला पंडित गिरीजाशंकर ह्यांनी बोलावणं धाडलं आणि मी व उद्धव आजोबांसोबत त्यांना भेटायला गेलो.पंडितजी म्हणाले,"तुम्हाला इथे बोलावण्याचं एक विशेष कारण आहे.कनौजचा राजा जसधवल मोठया यात्रेचे नियोजन करतो आहे,नंदा देवी राजजात यात्रेचे.पण तो ज्या उद्देशाने हे सर्व करतो आहे ते फार भयंकर आहे.जसधवल राजाची पत्नी राणी वल्लभादेवी हिला नंदा देवीने स्वप्नात येऊन शाप दिला.त्याचे कारणही तसेच होते.राजा व राणीला अपत्य नव्हते, त्यामुळे माणिभद्र स्वामींच्या सांगण्यानुसार तिने आपल्या दासीच्या मुलाचा बळी दिला.ती दासी नंदादेवीची भक्त होती.तिने देवीकडे साकडे घातले आणि म्हणाली देवी मला न्याय हवा आहे. त्या दासीनेही देवीच्या मूर्तीसमोर डोकं आपटून मृत्यूला जवळ केले.त्याच दिवशी राणीच्या स्वप्नात नंदा देवी येऊन म्हणाली,"हे राणी वल्लभा, तुझ्या उदरी येणारा जीवच तुझा मृत्यूसुद्धा घेऊन येईल." स्वप्नातल्या ह्या शापवाणीमुळे राणी भीतीने हादरून गेली,आणि तिने हा सर्व प्रकार राजा जसधवल ह्यास सांगितला.राजाने तात्काळ राजपुरोहित व राजगुरू ह्यांना बोलावून हा घडलेला प्रकार सांगितला.त्यावर ते म्हणाले, "आता ह्यावर एकच उपाय आहे राजा,आपण सपत्नीक ही यात्रा करावी,आणि ही यात्रा करताना ह्या यात्रेचे कठोर नियम ही पाळावेत.जर यात्रेदरम्यान राणी गर्भवती राहिल्या तर त्यांना ही यात्रा तिथेच सोडावी लागेल." हा राजपुरोहित व राज गुरूंनी दिलेला सल्ला राजाने त्याचे गुरू माणिभद्र स्वामी ह्यांच्या कानावर घातला.त्यावर माणिभद्र स्वामी म्हणाले,"राजा, काळजी करू नकोस आपण ही यात्रा जरूर करू.पण आपल्या पद्धतीने. हीच चांगली वेळ आहे नंदादेवीच्या शक्तींना वशीभूत करण्याची.तू फक्त मी सांगतो तसे कर,पण यात्रेवर जाण्याआधी माझा शिष्य बलदेव ह्याची भेट घे.त्याला मी दाहक सूर्य विद्या शिकवली आहे,त्याचा आपल्याला नक्कीच उपयोग होईल.आणि अतिप्राचीन अशी जल आरोहण विद्या मी तुला शिकवली आहेच,वेळ पडली तर त्याचाही तुला वापर करावा लागेल."पुढे राजा म्हणाला, "पण स्वामीजी, राणीला मिळालेल्या शापाचे

काय?" त्यावर माणिभद्र स्वामी म्हणाले,"हे राजा, आपण सर्व भारतखंडावर सत्ता प्रस्थापित करण्यासाठी हे करत आहोत.हा एक प्रकारचा यज्ञच आहे आणि त्यात जर राणीची आहुती अर्पण करावी लागली तरीही तू तयार असले पाहिजेस.तुला हिच्याहीपेक्षा सुंदर मुली पत्नी म्हणून मिळतीलच." राजा माणिभद्र स्वामींच्या पूर्ण अधीन होताच आणि त्याला सत्तेची लालसा होतीच.ह्या यज्ञात आपल्याला राणीचीसुद्धा आहुती द्यावी लागणार आहे ह्या विचारानी तो जरा गंभीर झाला .पण सत्तेची कामना अधिक प्रबळ होती आणि त्याने राणीसह ही यात्रा करायचे ठरवले.

हे सर्व ऐकून आजोबांनी विचारले,"पण हे सर्व आपल्याला कसे माहीत?"त्यावर ते म्हणाले,"कारण त्या राजाचा राजपुरोहित मीच आहे.जेव्हा राजाची मनीषा माझ्या लक्षात आली तेव्हा मी माझ्या पदाचा त्याग केला आणि इथे माझ्या आश्रमात येऊन थांबलो."त्यावर आजोबा म्हणाले,"पण ह्या सर्वाचा माझ्या उद्धवशी काय संबंध?तो तर बिचारा मुका आहे." त्यावर पंडितजी म्हणाले "नाही!आता हा मुका राहिला नाही."हे ऐकून उद्धव एकदम दचकला. आता उद्धवला काहीही न विचारता आम्हाला तिघांनाही पंडित गिरीजाशंकर देवघरात घेऊन गेले.तिथल्या नटराजाच्या मूर्तीला वंदन करून त्याच्या समोरचे श्रीयंत्र उजवीकडून फिरवले आणि काय आश्चर्य! त्या नटराजाच्या मूर्तीमागची भिंत सरकली आणि तिथे असलेला गुप्त कक्ष दृष्टीस पडला. पंडित गिरीजाशंकरांनी आम्हाला बाहेरच उभे राहायला सांगून ते उद्धवला त्या कक्षात घेऊन गेले.

"अवनी, अगं ए अवनी!"आजीचा आवाज अवनीच्या कानावर पडला,"अगं ऐकतेस ना, निखिल आला आहे!"आणि अवनी ने आपले वाचन थांबवून ती वही परत त्या टेबलवर ठेवून दिली.

दीक्षा...आणि हिमालय यात्रेची सुरुवात

निखिल आणि अवनी दोघेही तिच्या बेडरूममध्ये जाऊन बसले.अवनी सांगू लागली "अरे आत्ताच रिचर्डचा फोन आला होता, तो म्हणाला की मलाही

रुपकुंडचा ट्रेक केला पाहिजे"..त्यावर निखिल म्हणाला "हो बरोबर बोलतो
आहे तो", आणि अवनी म्हणाली, "ते ठीक आहे, but I want you along
with me"आणि निखिल लगेच म्हणाला "ए नाही नाही, मी काही येणार
नाही,मला कॉलेजमध्ये बरीच कामं आहेत."त्यावर अवनी म्हणाली "मला
माहित होतं की तू नाही म्हणणार, कुठून आणतोस रे एवढा कुचकेपणा?,जा
नको येऊस, गेलास उडत !"आणि निखिल हसायला लागला. त्याला माहित
होतं की तो अवनीला नाकारू शकणार नव्हता तरीही मुद्दाम तो हे करत
होता,अवनीला चिडवण्यासाठी.तो म्हणाला, "जा की तुझ्या गाईडबरोबर.".
त्यावर अवनी म्हणाली "तू गप्प बस काही बोलू नकोस ,नाही यायचं तर
उगाच कशाला सूचना देतोस?" त्यावर निखिल हसून म्हणाला "बरं बाई नाही
देत सूचना." आणि निखिल जायला निघाला.जाणाऱ्या निखिलला बघून
अवनी म्हणाली "थांब रे ठोंब्या!जाऊ नकोस, जाण्याआधी तुला काहीतरी
दाखवायचं आहे."आणि अवनीने ती टेबलवर ठेवलेली वही दाखवली.ती
वही पाहून निखिल आश्चर्यचकित झाला होता."१२०० वर्षे जुनी वही, बापरे!
म्हणजे तुझाही त्या घटनेशी संबंध आहे की काय?" त्यावर अवनी लगेच
म्हणाली "नाही माझा काही संबंध नाही पण आमच्या घरातला कुणी
नचिकेत गोखले नावाचा पूर्वज होता त्या यात्रेत तेव्हा त्यानेच ही वही
लिहिली आहे, त्याच्या नंदादेवी यात्रेच्या अनुभवांची.माझी थोडी वाचून
झाली आहे, वहीला 'रुपकुंड रहस्य' असं नाव दिलं आहे." निखिल हे सर्व
ऐकताना ती वही चाळत होता. त्यावर अवनीने आता तिला मिळालेली
चित्रेही त्याला दाखवली.ते सर्व पाहून निखिल अंतर्मुख होऊन विचार करू
लागला. ह्या अद्भुत गोष्टी पाहून तो थक्क झाला, भान हरपल्यासारखा तो ती
वही आणि ती चित्रं पाहू लागला. अवनी त्याला पाहात होती. त्याचं भान
हरपलेलं पाहून अवनीने त्याला हाताने खांद्याला धरून हलवलं. भानावर
येऊन निखिल अवनीला म्हणाला, "अवनी ही वही जपून ठेव.आत्ता तरी मी
जातो आहे संध्याकाळी बोलू."असे म्हणून निखिल तिथून निघून
गेला.पाठमोऱ्या निखिलकडे बघून अवनी नाक मुरडतच म्हणाली,"कसला
बोअर माणूस आहे हा शीss." आणि अवनीने पुन्हा वही वाचायला
घेतली.वहीत लिहीलं होतं,

पंडित गिरीजाशंकर उद्धवला त्या गुप्त कक्षात घेऊन गेले आणि काही वेळानंतर ते दोघे बाहेर आले.मी व आजोबा उद्धवकडे पाहून चकित झालो होतो.उद्धव चक्क आता आमच्याशी बोलायला लागला होता.आजोबा तर हे पाहून आनंदाने रडूच लागले होते. आता पंडित गिरीजाशंकर सांगू लागले."खरं तर ह्याला वाचा आधीच प्राप्त झाली आहे. पण त्याला मिळालेल्या आज्ञेनुसार तो काही बोलला नाही." आजोबांनी लगेच प्रश्न विचारला 'पण असं का ?' त्यावर गिरीजा शंकर म्हणाले,"तुम्ही दंडकारण्यात असताना ह्याच्यावर पूर्व निर्देशानुसार काही तांत्रिक संस्कार घडले आहेत आणि ते सिद्ध होण्यासाठी ह्याला मौन बाळगणे अपरिहार्य होते.आज त्याला दीक्षा प्राप्त झाली आहे.उद्धवची कुंडलिनी शक्ती जागृत झाली आहे.आता लवकरच ह्याला शीतल चंद्र विद्याही अवगत होईल."आजोबा हे सर्व ऐकून पंडित गिरीजा शंकरांना म्हणाले, "मला तुमच्याशी एकांतात काही बोलायचं आहे."आणि मी व उद्धव तिथेच थांबलो, आता गणेश आजोबा आणि पंडित गिरीजाशंकर हे त्यांच्या देवघरात एकटेच होते. मी आणि उद्धव बाहेर आलो, मी उद्धवला विचारले,"उद्धव हे सर्व काय आहे तुला माहीत आहे का?"त्यावर उद्धवने होकारार्थी मान डोलावली.काही वेळाने आजोबा व पंडित गिरीजा शंकर बाहेर आले आणि गणेश आजोबा तडक माझ्याकडे येऊन म्हणाले,"नचिकेत बेटा आल्या पावली तू परत जा,पुढे धोका आहे आणि त्या धोक्याला आम्हाला सामोरे जावे लागणार आहे,पण तू तुझा जीव धोक्यात घालू नकोस!"आता मात्र माझे डोळे पाणावले आणि मी डबडबलेल्या डोळ्यांनी उद्धवकडे पाहिले.उद्धवने मग आजोबांना संगितले, "आजोबा, अहो येऊ दे त्याला, मी घेईन त्याची जबाबदारी." पंडितजींशी बोलल्यावर आजोबांनाही एक वेगळाच धीर आला होता आणि त्यांनी होकार दिला. पण असं आजोबांमध्ये आणि पंडितजींमध्ये काय बोलणं झालं ते मात्र अजून माझ्यासाठी गूढ होतं.

आता पंडित गिरीजाशंकर बोलू लागले,"भाद्रपद महिन्यातील नंदा अष्टमीपासून नंदा देवी राजजात यात्रा सुरू होणार आहे.ह्या राज जात यात्रेत कनौजचा राजा जसधवल व त्याची पत्नी वल्लभा आपल्या समस्त सैन्यासह सहभागी होणार आहेत,खरंतर त्या राजाचा ह्या यात्रेत सामील होण्याचा उद्देश

फार भयानक आहे.त्याला व त्याचे गुरू माणिभद्र यांना नंदा देवीच्या जागृत शक्ती वशीभूत करून ह्या भारतखंडावर राज्य करायचे आहे.त्यांच्याकडे असे तंत्र मंत्र व अशा काही विद्या आहेत ज्यात पंचमहाभूतेदेखील आपले रौद्र रूप दाखवतील व सर्वांचा नाश करतील.अशा वेळी नंदादेवीही अस्थिर होईल आणि प्रचंड तांडव घडेल.राजाने आपल्यासोबत भारताच्या कानाकोपऱ्यातून विविध ब्राह्मण बोलावले आहेत.त्यात कोकण प्रांतातील ३० ब्राह्मणांचीही तुकडी आहे.त्या तुकडीचे महंत श्री गंगाधर दीक्षित ह्यांना शीतल चंद्र विद्या अवगत आहे.तुम्हालाही नौटी ह्या गावातून त्यांच्या तुकडीत सामील व्हायचे आहे.राजाच्या सैन्याचा भाग होऊन आपल्याला राजाला हा अनर्थ करण्यापासून थांबवायचे आहे.गंगाधर दीक्षित ह्यांच्याशी मी बोललो आहे.तेच उद्धवला शीतल चंद्र विद्येचे शिक्षण देतील.हा सारा दैवाचा खेळ आहे.ह्यात लहान मोठा भेद नाही.ह्यात फक्त चांगल्या वाईटाचे युद्ध आहे.आता नंदा अष्टमीला एक महिना राहिला आहे तेव्हा आपल्यालाही नौटी ह्या गावासाठी प्रस्थान करायला हवे.तेव्हा उद्याच्या ब्राह्म मुहूर्तावर निघणे सोयीचे होईल."आणि इथून आमचा हिमालयाचा प्रवास सुरू होणार होता.दुसऱ्या दिवशी ब्राह्म मुहूर्तावर आम्ही कर्ण प्रयागसाठी प्रस्थान केले. अवनी हे सर्व वाचत असताना तिची उत्सुकता शिगेला पोहोचत होती.आणि रिचर्डचा फोन आला "Hey Avani I am comming tomorrow. "त्याच्याच पाठोपाठ निखिलचाही फोन आला, तो बोलत होता "अवनी मी येतो आहे तुमच्या बरोबर रुपकुंडच्या ट्रेकसाठी, रिचर्ड आला की तुम्हाला भेटतोच."अवनी हे ऐकून आनंदित झाली.आणि तिने लगेच आठवड्यानंतरची देहरादूनची तीन तिकिटे बुक केली.आता तिलाही तिच्या हिमालयाच्या प्रवासाचे वेध लागले होते.

गंगा...

पहाटे चार वाजता रिचर्ड मुंबई विमानतळावर पोहोचला,अवनीने त्याला मुंबईहुन नाशिकला आणण्यासाठी गाडीची व्यवस्था केली होती.साधारणतः ८ च्या दरम्यान रीचर्ड अवनीच्या घरी पोहोचला.आजीने सकाळी उठून

रीचर्डसाठी न्याहरीची सोय केलीच होती.लांबच्या प्रवासामुळे रिचर्ड थकला होता,त्यामुळे नाष्टा करून लगेच झोपी गेला. साधारणतः संध्याकाळी ५ वाजता निखिलही अवनीकडे आला,आणि त्याची व रिचर्डची भेट झाली, पहिल्याच भेटीत दोघेही एकमेकांचे चांगले मित्र झाले.रीचर्डने अवनीला सुचवले की आपल्या रिसर्चच्या दृष्टीने जसा नंदा देवी यात्रेच्या प्रवासाचा मार्ग आहे अगदी तसाच मार्ग आपण आपल्या ट्रेकसाठी आखायला हवा.निखिललाही त्याचं म्हणणं पटलं होतं. त्यानंतर अवनीने रिचर्डला ती नचिकेत गोखलेंची वही दाखवली, आणि म्हणाली "See, this is the handwritten book of one of my ancestor.As per the events in this book ,it is clear that he was present at Roopkund when that calamity happened.But this book is not ordinary, there are many events mentioned in this book which are beyond our imagination"...रिचर्डने ती वही हातात घेऊन पाहायला सुरुवात केली,आणि थोडा नाराज झाला कारण ते सर्व मराठीत असल्यामुळे त्याला समजत नव्हतं,पण ही वही ह्या रिसर्चमधला महत्वाचा दुवा ठरेल हे मात्र त्याला कळलं होतं.आता अवनी निखिलकडे पाहून म्हणाली, "अरे निखिल, ह्या नचिकेतनी असा उल्लेख केला आहे की कनौजच्या राजाच्या तुकडीत जवळजवळ 30-35 कोकणातून आलेले ब्राह्मण होते...म्हणजे ह्याचाच अर्थ की हेच ते ब्राह्मण आहेत जे तिथे त्या आपदेमध्ये फसले होते.आणि म्हणूनच ह्यांच्याच DNA चे सॅम्पल कोकणस्थ चित्पावन ब्राह्मणांशी मॅच झाले असणार" ....निखिल म्हणाला "हो, ही शक्यता नाकारता येणार नाही".अवनीने पुन्हा तेच सर्व रिचर्डलाही सांगितलं इंग्लिश मधून....त्यावर रिचर्ड म्हणाला की "Avani, you read that book completely, then only we can come to a conclusion."आणि अवनीने पुन्हा ती वही वाचायला सुरुवात केली...

वहीतला मजकूर...

आम्ही ब्राह्म मुहूर्तावर आमच्या हिमालयाच्या प्रवासासाठी सुरुवात केली आणि संध्याकाळपर्यंत हरिद्वारहुन ऋषिकेशला येऊन पोहोचलो.इथे गंगामाईचे रूप विलक्षण लोभस होते. ती पर्वताची लेक इथेही थोडी अवखळ आणि थोडी शांत भासत होती,आणि गणेश आजोबा सांगू लागले की आता जसे जसे आपण वरती जाऊ तसे तसे नदीचे रूप आणखीन अवखळ होत जाईल,हरिद्वारला ही पठारात प्रवेश करते.आज आपण संध्याकाळी इथे गंगा माईची आरती करू.आणि मावळत्या सूर्याबरोबर आमचे हात गंगामाईच्या त्या प्रवाहाकडे पाहून जोडले गेले, आजोबांनी गंगेची स्तुती गायला सुरुवात केली....

शिव हर गंगे,नामामी गंगे
अमृत वहिनी तरल तरंगे
जीवन दायिनी हिमालय सुता
भगीरथ वरदे नामामी गंगे

ब्रम्ह कमंडलू गोमुख गंगे
विष्णू पाद प्रक्षालिसी गंगे
तू शिव जटा निवासीनी गंगे
पापविनाशिनी भगवती गंगे
मोक्षदाई जल धारिसी गंगे
वेग प्रचंडे प्रतापी तू गंगे
भारतवर्षे विहारी स्वरंगे
मातृतुल्य जय नामामी गंगे

आजोबांनी गायलेल्या त्या स्तुतीने आम्ही भारावून गेलो. ती रात्र ऋषिकेशच्या एका आश्रमात काढून दुसऱ्या दिवशी आम्ही पुन्हा हिमालयाच्या दिशेने निघालो,चालत चालत वसिष्ठ ऋषींच्या गुहेपाशी येऊन थांबलो.आम्हाला पंडित गिरीजा शंकर यांनी सांगितले की, "मुलांनो, इथे श्री वसिष्ठ ऋषींनी बरीच वर्षे तप केला आहे, त्यांच्या स्पर्शाने ही गंगा काठची

भूमी पावन झाली आहे,चला आपणही त्या गुहेचे दर्शन घेउ."आणि आम्ही गुहेचे दर्शन घेण्यासाठी मुख्य रस्त्यावरून खाली उतरलो.एका विशाल वटवृक्षाच्या मागे असलेल्या पर्वताच्या भागात ती गुहा होती.आम्ही आत शिरलो, गुहेत अंधार होता.आणि इतक्यात आम्हाला आवाज ऐकू आला.''अलख निरंजन''.आम्ही सर्व सावध झालो.

निखिलने अवनीला तिथेच थांबवून सांगितले, "हे ऋषी वसिष्ठ म्हणजे प्रभू रामचंद्रांचे गुरू बरं का !"आणि म्हणाला, "आता मला निघायला हवं...माझा कर्णप्रयाग येथे एक मनोज सिंग नेगी नावाचा मित्र आहे. त्याला आपण येत असल्याचे कळवायचे आहे,आणि त्यालाही आपल्याबरोबर येण्याचं विचारावं असं माझ्या मनात आहे"अवनी म्हटली "बरोबर आहे,कुणी लोकल व्यक्ती बरोबर असेल तर आपल्याला मदतच होईल".आणि निखिल रीचर्डला बाय करून निघाला.अवनीनेही ऋषिकेशच्या हॉटेलमध्ये तिघांसाठी एक रात्रीचे बुकिंग केले.आता तीही ऋषिकेशची गंगा आरती पाहण्यासाठी उत्सुक होती...

<hr />

पूर्वजन्म

अवनीने रिचर्डची आपल्या गेस्ट रूममध्ये व्यवस्था केली. मग स्वतः च्या रूममध्ये गेली,व तिने अर्धवट वाचलेली वही पुन्हा वाचायला घेतली.

"अलख निरंजन!आओ उद्धव आओ."इथे आपल्याला ओळखणारं कुणी आहे असं उद्धवला कळल्यावर तो एकदम दचकलाच, आणि आम्ही सर्वही आश्चर्यचकित झालो.गुहेत थोडं पुढे गेल्यावर तो आवाज अधिकच स्पष्ट झाला. मिणमिणत्या दिव्याचा अंधुकसा प्रकाश दिसला.तो दिवा गुहेत असलेल्या शिवलिंगाच्या बाजूला लावला होता.त्या मंद प्रकाशात तो भस्म जटाधारी साधू आता आमच्या दृष्टीस पडला. तो पुन्हा गरजला."अलख निरंजन!"पंडित गिरीजाशंकर आता त्या माणसाकडे रोखून पाहायला लागले.तो बडबडत होता."मरेंगे, सब के सब मरेंगे!"

आणि उद्धवच्या हातात भस्म देऊन म्हणाला,"ये लो बेटा भस्म अभी देख लो,जो मरेंगे वो तो भस्म भी नही हो पाएंगे".

एक एक मोती बिखरेगा |
कूछ ऐसा तुफान आयेगा |
वो युद्ध का समय होगा |
सूर्य चंद्र का आवाहन होगा |
जल का भी होगा आरोहण |
ना कर पायेगा कोई रक्षण |

एक पते की बात कहता हूँ रखना याद |
मृत्यु ही लेकर आयेगा, मोक्ष की सौगाद |

वो घडी कूछ ऐसी होगी |
ब्रह्मज्ञान की पुष्टी होगी |
पर वो मृत्यु की बेला होगी |
साक्षात काली तांडव करेगी |

कहे नाथयोगी बटुक नाथ |
दो पूर्ण चंद्र लेकर आयेगा एक मास |

"हा हा हा!सबकुछ खत्म हो जायेगा, हा हा हा वो आयेगी!हा हा हा तुम सब मारे जाओगे!हा हा हा अलख निरंजन! हा हा हा."आणि असे म्हणत तो योगी वसिष्ठ गुहेतुन पळत सुटला.आमच्या सर्वांच्या चेहऱ्यावर एक अदृश्य प्रश्नचिन्ह होतं पण पंडित गिरीजाशंकर मात्र त्या योग्याच्या प्रत्येक शब्दावर चिंतन करत होते आणि एकदम गंभीर नजरेने आमच्याकडे पाहू लागले,पण काही बोलले नाहीत.आता आम्ही वसिष्ठ गुहेत दर्शन घेऊन बाहेर पडलो,सूर्य लवकरच मावळणार होता म्हणून आम्ही सर्वांनी तिथेच राहायचे ठरवले.आणि त्या वडाच्या झाडाखालीच आसरा घेतला.रात्री तिथल्याच एका गावातील माणसाने आमची जेवणाची सोय केली.रात्री आम्ही काही लाकडं जमवून थोडा अग्नी प्रज्वलित केला आणि त्याच्या मंद प्रकाशातच चौघे बसलो.आता पंडित गिरीजाशंकर सांगू लागले,"उद्धवचा पूर्व जन्मी निळावंती ह्या निसर्ग कन्येशी संबंध आला होता. त्या जन्मात त्याचे नाव

विक्रम असे होते.त्याला सर्व अघोरी विद्या अवगत होत्या.मग त्याच्या गुरूच्या आज्ञेनुसार त्याने निळावंती ग्रंथावर प्रभुत्व मिळवावे ह्यासाठी अनुष्ठान सुरू केले.त्याच्या गुरुजींनी तो ग्रंथ कुणा एका साधूकडून मिळवला होता.विक्रमचे अनुष्ठान सुरू झाले.जसजसे तो एक एक पान वाचू लागला तशी तशी त्याला एक एक विद्या अवगत होऊ लागली.आता ग्रंथाचे शेवटचे दोन अध्याय उरले होते.कुंडलिनी शक्ती विशुद्ध चक्रापर्यंत पोहोचली होती.तेवढ्यात एक सुंदर युवती तिथे आली व त्याच्याशी सवांद साधण्याचा प्रयत्न करू लागली.पण त्याने ग्रंथ वाचायचे थांबविले नाही हे पाहून तिने आपल्या शक्तींनी जंगलातील हत्तींना बोलावले आणि त्यांना जोरजोरात गर्जना करण्याची आज्ञा दिली.त्यांचे कानठळ्या बसवणारे चित्कार ऐकून विक्रमने समोर पाहिले. मग मात्र त्याची नजर तिथेच खिळून राहिली.जिचा ग्रंथ तो वाचत होता ती प्रत्यक्ष त्याच्या समोर उभी होती.साक्षात निळावंती त्याच्यासमोर उभी होती त्याची परीक्षा घेण्यासाठी.तिचे ते मनमोहक रूप बघून विक्रम बसल्या जागीच खिळून राहिला.तिच्या मादक सौंदर्याला तो भुलला होता.तो काहीतरी बोलण्याचा प्रयत्न करत होता पण तोंडातून शब्द फुटेना.आणि ती एका क्षणात अदृश्य झाली.आता तो भानावर आला पण आत्तापर्यंत वाचलेल्या ग्रंथाचा शब्द न शब्द विसरला,आपण कुठे थांबलो हेही त्याला कळले नाही आणि पुढे काही वाचण्याचा प्रयत्न केला पण तोंडातून शब्द फुटेना.त्याची वाचा कायमची गेली होती.हा सर्व प्रकार त्याच्या गुरूना कळला तेव्हा त्यांना प्रचंड क्रोध आला.ते विक्रमजवळ येऊन म्हणाले,"अरे मूर्खा, आपल्या साधनेत इतक्या उच्च स्थानाला पोहोचून तू असा वागलास? अरे निळावंती म्हणजे आपल्यासाठी साक्षात मातास्वरूप आहे.आणि तू तिच्या रुपावरच भाळलास? कुठे गेली तुझी साधनेतली शक्ती?आता तुला मोक्ष नाही, जा मी तुला शाप देतो,तू पुन्हा जन्म घेशील व जन्मजात मुका होशील.आणि मोक्ष मिळवण्यासाठी तुला फार मोठ्या संकटाला सामोरे जावे लागेल.तुला आप्त जनांचे आणि इतर लोकांच्याही मृत्यूचे कारण बनावे लागेल."हे ऐकून विक्रमने गुरुजींचे पाय धरले, आणि उःशापासाठी आर्जव करू लागला.गुरूना दया आली.ते म्हणाले,"ठीक आहे! तुला पुढच्या जन्मीसुद्धा ह्या साधनेतून जावे लागेल.प्रत्यक्ष निळावंती

तुझ्याकडून ही साधना करून घेईल.तिला मातृभावाने जवळ कर.आई बनून ती सर्व काही देईल.आणि हो, हे ही खरं आहे की तुला शेकडोंच्या मृत्यूचे कारण बनावे लागेल.पण त्या वेळी तू धर्माच्या बाजूने असशील. त्यामुळे ते कर्म तुझ्यावर ओढवणार नाही.पण तुला आत्ता तुझ्या देहाचा त्याग करावा लागेल." गुरू आज्ञा शिरसावंद्य मानून विक्रमने गुरूंना नमस्कार केला,आणि खेचरी मुद्रा करून त्या क्षणी प्राणत्याग केला.पुढे पंडित गिरीजा शंकर सांगू लागले,"दंडकारण्यात त्याच्यावर झालेले तांत्रिक संस्कार म्हणजेच निळावंतीने त्याच्याकडून करवून घेतलेली साधना आहे, आणि म्हणून जन्माने मुक्या असलेल्या उद्धवला आता वाचा आली आहे."उद्धव हे सर्व एखाद्या साधूप्रमाणे शांत राहून ऐकत होता.पुढे गिरिजाशंकर सांगू लागले,"गतजन्मी ह्याला शीतल चंद्र विद्या अवगत होती,आणि आपल्याला त्याची आत्ता गरज आहे. म्हणून तो निवडलेल्या लोकांपैकी एक आहे.आता हे लोक कोणी निवडले?आणि ते कोण कोण आहेत ? हे आपल्याला पुढच्या प्रवासात कळेलच."उद्धवचे पूर्वजन्मवृत्त मला व आजोबांना प्रश्नाच्या महासागरात लोटणारे होते.आणि उद्धव... तो तर आता आमच्यातला राहीलाच नव्हता असे वाटत होते.दीक्षा मिळाल्यापासून तो शांतच असे.सूर्योदयाच्या आधी आम्ही उठून पुढच्या मार्गावर निघालो.आमचा पुढचा टप्पा होता देवप्रयाग.देवप्रयाग येथे पोहोचल्यावर पंडित गिरिजाशंकर म्हणाले,"इथून पुढे सर्व गंगेच्या उपनद्या गंगा नाव धारण करून ऋषिकेशकडे वाहत जातात,ते पहा देवप्रयाग! भागीरथी व अलकनंदेचा संगम." हे सर्व वाचता वाचता अवनी ती वही छातीवरच ठेऊन कधी झोपी गेली तिचं तिलाही कळलं नाही.

नचिकेतच्या ध्यानात...

अवनीला पहाटे पहाटे पुन्हा तेच स्वप्न पडलं, काळी कुट्ट रात्र,आजूबाजूला बर्फाने गोठलेली हिमशिखरं, आणि एक तलाव. तलावाच्या काठी मानवी हाडांचा पसारा आणि तलावाच्या पाण्यात पाहिलं तर तिथेही तेच अस्थिपंजर. अवनीच्या हृदयाचे ठोके वाढत होते.इतक्यात कुणाची तरी मागून

हाक ऐकू आली,"ओ दीदी, मॅडम डरो मत! मै हूँ यहा."आणि कुणीतरी तिच्या खांद्यावर हात ठेवत आहे असा भास झाला."अवनी बाळा उठा आता!"अशी आजीची हाक कानावर आली, आणि अवनी त्या स्वप्नातून बाहेर आली.आजीला समोर पाहून अवनीला बरं वाटलं.आजीनी छान गरमागरम चहा आणला होता.खरं तर तिला बेड टीची सवय नव्हती.पण आजीच्या हातचा चहाही सोडवत नव्हता.आजीनेही आज सर्व नियम बाजूला सारून अवनीसाठी अंथरुणातच चहा आणला होता.खरं तर आजीला अवनीशी बोलायचं होतं.अवनी चहा पिता पिता स्वप्नाचा विचार करत होती,असं स्वप्न मला आधीही पडलं होतं,पण आजच्या स्वप्नातली हाक मात्र मी पहिल्यांदा ऐकली.अचानक पुन्हा आजीच्या आवाजाने अवनी भानावर आली आणि आजी म्हणाली, "तू ऐकते आहेस ना माझं,की तंद्री लागली?"अवनी म्हणाली "नाही आजी,मी ऐकते आहे बोल!"त्यावर आजी म्हणाली, "मी गेले चार दिवस पहाते आहे, ती वही मिळाल्यापासून तू फारच अस्वस्थ आहेस"अवनीने ही संधी साधली व आजीला आपण रुपकुंड ट्रेकला जाणार आहोत हे सांगण्याची हीच वेळ आहे असा विचार केला.आणि म्हणाली,"आजी त्या वहीत नचिकेत आजोबांनी अशा काही गोष्टी लिहिल्या आहेत ज्या आपल्यासाठी कल्पनातीत आहेत.माझ्या रिसर्चच्या दृष्टीने त्या फारच महत्वाच्या आहेत.आणि म्हणूनच आता मी, रिचर्ड व निखिलसह रुपकुंडच्या ट्रेकला जाणार आहे."आजीचा चेहरा हे ऐकून जरा गंभीर झाला.आणि त्या म्हणाल्या, "हे पहा बाळ,ते रहस्य काय आहे मला माहित नाही,तू कसला रिसर्च करते आहेस तेही मला माहित नाही,पण तुझ्या सुरक्षिततेची काळजी वाटते मला.त्या दुर्गम हिमालयात तुला काही व्हायला नको."त्यावर अवनी म्हणाली,"आजी,अगं नको काळजी करुस,आमच्याबरोबर एक स्थानिक माणूस असणार आहे." आजी मध्येच तिला तोडत म्हणाली "त्या रिचर्ड आणि निखिल बरोबर तू एकटीच जाणार?"त्यावर अवनी म्हणाली,"आजी, असा विचार नको करुस,निखिल माझा बालपणीचा मित्र आहे,आणि रिचर्ड माझा शिक्षक आहे.त्या दोघांवर माझा पूर्ण विश्वास आहे,नको एवढी काळजी करुस!"आजी म्हणाली, " ठीक आहे,कधीचं विमान आहे मग?" "परवाचं!" अवनी म्हणाली." त्यावर आजी

म्हणाली,"फक्त एक प्रॉमिस कर,मला रोज न चुकता फोन करायचा."त्यावर अवनीने आजीला मिठी मारली आणि म्हणाली, "नक्की आजी,मी नक्की फोन करेन."आता अवनी सगळे सोपस्कार आटोपून पुन्हा वही वाचू लागली.पण काल वाचलेल्या भागातील एक नाव मात्र तिच्या मनात सारखं घोळत होतं, 'निळावंती!'कोण आहे ही निळावंती? निखिलला विचारलं पाहिजे असा विचार करून तिने पुन्हा वही वाचायला सुरुवात केली.त्यात लिहीलं होतं...

तो भागीरथी आणि अलकनंदेचा संगम म्हणजे मनाला भुलवणारं दृश्य होतं.बद्रिकाश्रमातून वाहत येणारी अलकनंदा आणि गंगोत्रीहून येणारी भागीरथी त्या संगमातही आपलं स्वतःचं असं वेगळं अस्तित्व टिकवून होत्या. दोघींच्याही पाण्यातला फरक दुरूनच दिसत होता पण पुढे मात्र ती गंगाच होती.शक्तीने किती विविध रूपात स्वतः ला साकार केलं आहे ह्याचं मला आश्चर्य वाटत होतं.आता आमचं पुढचं गंतव्य होतं रुद्रप्रयाग.आम्ही चौघे रुद्रप्रयागच्या दिशेने निघालो.इथे बद्रीनाथहून येणाऱ्या अलकनंदेचा आणि केदारनाथहून येणाऱ्या मंदाकिनी नदीचा संगम आहे.त्या संगमापाशी नारदशिला आहे.पंडित गिरीजा शंकरांनी मला त्या शिळेवर बसून ध्यान करायला सांगितलं,आणि मी ध्यानस्थ झालो.माझ्या बंद डोळ्यासमोर अचानक चित्रं दिसू लागली, मी पाहिलं की अग्नीगोल व बर्फगोल आसमंतातून खाली असलेल्या माणसांवर झेपावत आहेत.उद्धव मला तिथून जायला सांगत होता.एक ८ वर्षाची मुलगी त्या तलावाजवळ असलेल्या एका आळीपाशी उभी राहून खुणावत होती,आणि उद्धव मला तिच्याजवळ जायला सांगत होता.मी येत नाही म्हटल्यावर तिने मला जोरात पुन्हा एकदा हाक मारली,"नचिकेत !"आता फक्त तिचाच आवाज माझ्या कानावर पडत होता आणि त्या अग्नी बर्फाच्या युद्धात मी त्या मुलीपाशी जाण्याचा प्रयत्न करत होतो, आणि कशात तरी पाय अडकून पडलो. खाली पाहिलं तर एका माणसाचं प्रेत पडलेलं दिसलं,आणि माझ्या हृदयाचे ठोके वाढले.कुणाचा तरी हात माझ्या डोक्यावर आहे असे मला जाणवले आणि मी ध्यानातून बाहेर आलो.

"अवनी, ए अवनी जेवायला चल बरं!" आजीची हाक अवनीला ऐकू आली आणि अवनीनेही उत्तर दिलं"आले गं आजी, थांब दोन मिनिटं."आणि टेबलवर वही ठेऊन अवनी जेवायला गेली.रिचर्डही आज हावरटासारखा जेवला होता.जेवण झाल्यावर अवनीने वहीतून तिला कळलेल्या काही गोष्टी रिचर्डला सांगितल्या.रिचर्डही त्या ऐकून मंत्रमुग्ध झाला होता.आता दोघेही जरा सुस्तावले होते आणि वामकुक्षी घेण्यासाठी आपापल्या रूममध्ये गेले. "उठा अवनी मॅडम,५ वाजले आहेत!"आजीचा आवाज अवनीच्या कानावर पडला.आजी म्हणाली, "निखिलचा फोनही आला होता तो ही येईलच इतक्यात."

साधारणतः साडे पाचच्या आसपास रिचर्ड आणि अवनीचा चहा झाला आणि इतक्यात तिथून निखिल येताना दिसला.निखिल आल्या आल्या अवनीने निखिलला प्रश्न विचारला,"ही निळावंती कोण रे ?" आणि निखिल अचानक आलेल्या प्रश्नामुळे गोंधळून गेला.

✶

नंदादेवी

वत्सला आजी अवनीची अधीरता पाहून म्हणाल्या,"अगं हो! पण जरा त्याला श्वास तरी घेऊ देशील की नाही?"आणि आजी निखिलला म्हणाल्या," थांब रे निखिल! तुझ्यासाठी चहा आणते." निखिल, रिचर्ड व अवनी तिघेही आपल्या परवाच्या प्रवासाच्या तयारीबद्दल बोलू लागले.अवनीने जेट एअरवेजचं मुंबई देहरादून विमानाचं बुकिंग आधीच करून ठेवलं होतं पण तिने ही सर्व चर्चा बाजूला सारून पुन्हा निखिलला प्रश्न विचारला,"निखिल, ही निळावंती कोण सांग ना?"त्यावर निखिल म्हणाला,"पण हे अचानक तू का विचारते आहेस?"त्यावर अवनी म्हटली,"अरे, ह्या वहीत तिचा उल्लेख आहे. तिने म्हणे नचिकेत आजोबांचा मित्र उद्धव ह्याच्यावर काही तांत्रिक संस्कार केले होते." निखिल थोडा चक्रावून गेला,आणि म्हणाला,"निळावंती ही एक अशी स्त्री आहे जिच्यावर निळावंती नावाचा ग्रंथ लिहिला गेला.असं म्हणतात, की जो कोणी हा ग्रंथ वाचतो त्याला प्राण्यांची भाषा अवगत होते,पण जर हा ग्रंथ अर्धवट वाचून सोडला तर मात्र तो माणूस वेडा होतो व

काही दिवसातच त्याला मृत्यू येतो.आत्तापुरतं तू इतकंच लक्षात घे."अवनी म्हणाली, "कसा आहेस रे दुष्ट ! सांग ना जरा सविस्तर."त्यावर निखिल म्हणाला,"अगं, आत्ता तिच्याबद्दल सांगत राहिलो तर रुपकुंड ऐवजी तुझा निळावंतीवरच रिसर्च होईल, हा हा हा !" आणि पुढे म्हणाला, "आपल्या प्रवासात मी तुला तिच्याबद्दल सांगेनच. पण आता तू पुढची पानं वाच,थोडं आम्हालाही कळू दे आणखीन काय लिहीलं आहे तुझ्या नचिकेत आजोबांनी."आणि अवनीने आत्तापर्यंत वाचलेला वहीतला मजकूर संक्षिप्त करून सांगितला. तिने वही पुढे वाचायला घेतली.निखिल व रिचर्ड अवनीचे वाचन ऐकू लागले.

मी त्या दिवशी ध्यानात जे पाहिलं ते अघटित वाटत होतं.माझ्याजवळ पंडित गिरीजा शंकर येऊन म्हणाले," बाळा, तुला भविष्यातल्या काही घटना दिसल्या असतील.तूर्तास त्याची वाच्यता कुणाजवळही करू नकोस.जे पाहिलंस ते घडणार आहे आणि त्याचा तू एकमेव साक्षीदार असणार आहेस." त्यावर मी म्हणालो,"ती मुलगी कोण होती?" पंडितजी म्हणाले,"आपल्या पुढच्या गंतव्यात तुला ते कळेलंच."आता आम्हाला काही ५०-६० सैनिक त्या वाटेवरून जाताना दिसले,चौकशी केली असता कळले की ते राजा जसधवलचे सैन्य आहे.आता आम्ही चौघे एकत्र आलो आणि आमचे पुढचे गंतव्य 'कर्णप्रयाग'च्या मार्गाने निघालो.वाटेत चालताना पंडित गिरीजाशंकर सांगू लागले,"कर्णप्रयाग म्हणजे इथे अलकनंदा आणि पिंडारी ह्या गावातून वाहत येणाऱ्या पिंडर नदीचा संगम होतो.इथूनच जवळ असलेल्या नौटी गावात देवी पार्वतीने नंदा नावाने जन्म घेतला होता.एक दिवस देवी नंदा प्रयागावर स्नानासाठी जात होती.पायवाटेने जाताना तिच्या मार्गात एक मेंढपाळ झोपलेला दिसला. तो फार वृद्ध होता म्हणून देवीला त्यांना उठवणे योग्य वाटले नाही आणि ती तिथेच असलेल्या एका शिळेवर बसून राहिली.आता सूर्य अस्ताला आला तरी तो वृद्ध मेंढपाळ उठला नाही हे पाहून.आपल्या केवळ शक्तीने देवीने त्यांना उठवले.देवीला पाहून तो वृद्ध म्हणाला," मुली, तू इथे काय करतेस?" त्या वर देवी म्हणाली,"मी प्रयागात स्नानासाठी आले होते पण तुम्हाला झोपलेले पाहून इथेच बसले." त्यावर तो मेंढपाळ म्हणाला,"आत्ता सूर्यास्त होत आहे,ह्या वेळेस स्नानाला जाणे योग्य

नाही.'असे म्हणून तो पुढे बोलू लागला, 'आत्ता तुम्ही माझ्या घरी चला उद्या मी तुम्हाला तुमच्या घरी नेऊन सोडेन."तेव्हापासून नंदा देवी जात यात्रा ही नौटी गावापासून सुरू होते.तिथून नंदादेवीची सुवर्ण मूर्ती पालखीतून कर्णप्रयाग येथे आणली जाते. त्या मूर्तीला प्रयागावर स्नान घातले जाते.त्यानंतर पुन्हा पालखी नौटी ह्या गावी आणली जाते.इथून नंदा देवीची पूजा करून नंदा देवी राजजात यात्रेची सुरुवात होते.नौटी गावातले लोक नंदा देवीला आपली लेक मानतात आणि माहेरवाशीण समजून ह्या नंदा देवीच्या पाठवणीची यात्रा सुरू करतात,आणि इथूनच नंदा देवी राज जात यात्रेला सुरुवात होते.असं म्हणतात नंदा ह्या अवतारात जेव्हा पार्वतीने शंकराशी विवाह केला त्या वेळी आपल्या लोकांना सोडून जाण्याचे तिला खूप दु:ख झाले.शिव शंकरांना ते पाहवले नाही,ते तिला म्हणाले,"तू काही दिवस येथेच रहा,मी नंदीसह तुझी कैलास पर्वतावर वाट पाहीन."असे म्हणून शिव शंकर कैलासाच्या दिशेने निघून गेले.जसा देवी नंदाने कैलासाकडे जाण्यासाठी प्रवास केला अगदी तसाच ह्या यात्रेचा मार्ग आहे.काही दिवसांनी देवी नंदाला असे वाटले, मी जर गेले नाही तर स्वामी मला कधीच बोलावणार नाहीत, माझचं चुकलं, मीही ह्यांच्याबरोबर जायला हवं होतं,आणि तिने ही इच्छा आपले आई वडील व आपली बहीण सुनंदा हिला सांगितली. नंदा देवीच्या पाठवणीसाठी पूर्ण गाव सज्ज झाले.त्यांनी तिला होमकुंडपर्यंत साथ केली.तेव्हापासून ही यात्रा होमकुंड येथे पूर्ण होते.असं म्हणतात होमकुंड येथे पुन्हा एकदा देवीचे व शिवाचे लग्न झाले होते.इथेच त्यांच्या लग्नाचा होम प्रज्वलित करण्यात आला होता.त्यामुळे ह्या यात्रेची सांगता ही नंदा देवी व भगवान शिवाच्या लग्नानेच होते.”

इतक्यात बाजूनी चालणाऱ्या टोळीतील एका सैनिकाने पंडितजींच्या दिशेने एक दगड फेकला.त्या दगडाला एक कागद गुंडाळला होता.पंडितजींनी तो दगड उचलला व त्यावरील कागद काढून पाहू लागले.त्यांचा चेहरा थोडा गंभीर झाला.ते काही बोलले नाहीत आणि शांत झाले.बोलता बोलता आम्ही चौघे कर्णप्रयाग येथे येऊन पोहोचलो.गणेश आजोबा म्हणाले,"तो पहा अलकनंदेचा व पिंडर नदीचा संगम”आता आमच्या आजूबाजूला आम्हाला राजाच्या सैन्याच्या छावण्याही दिसू लागल्या.आम्ही तिथे महंत गंगाधर ह्यांना

शोधत होतो. इतक्यात आमच्यासारखाच एक उत्तरीय पोशाख घातलेला ब्राह्मण तेथे आला व म्हणाला,"चला, महंत आपलीच वाट पाहात आहेत!" ती वही वाचता वाचता ७ वाजायला आले.निखिलने अवनीला तिथेच थांबवले आणि म्हणाला,"आता इथेच थांबू आणि डायरेक्ट परवा सकाळी भेटू."अवनी व रिचर्डने   होकार दिला आणि आता तिघेही आपल्या प्रवासाच्या तयारीला लागले.

गंगाधर महंतांची भेट

अवनी दुसऱ्या दिवशी सकाळी उठली.ती खूप एक्साईटेड होती. हिमालयात जायची तयारी लगबगीने करायला लागली.तिचं ऑलमोस्ट सगळं सामान भरून झालं होतं.आणि वही तिने मुद्दाम बॅगेत न भरता वरच ठेवली होती.आपल्या हँडबॅगमध्ये ती वही तिला कॅरी करायची होती.रिचर्डचीही सर्व तयारी झाली होती.देहराडूनला त्याचा कोणी माउंटेनियर मित्र त्याला भेटणार होता.दोघांचीही दुपारची जेवणं आटोपून दोघेही पुन्हा आपापल्या खोलीत गेले.वत्सला आजी मात्र तहान लाडू.भूक लाडू करण्यात व्यस्त होत्या.इथे अवनीने वही पुन्हा वाचायला घेतली.

आम्ही सर्व आता गंगाधर महंत ह्यांच्यासमोर हजर झालो.नंदा अष्टमी आता पंधरा दिवसांवर येऊन ठेपली होती.पंडित गिरीजा शंकर आणि महंत गंगाधर ह्यांनी एकमेकांची गळाभेट घेतली.पण गणेश आजोबा मात्र एकटक गंगाधर महंतांना पाहात होते.थोड्या वेळाने आनंदी आणि आश्चर्यचकित होऊन उद्गारले,"गंगाधर महंत, तुम्ही गंगाधर दीक्षित का?"हे ऐकून महंत म्हणाले "होय गणोबा, मीच तो ज्याला तू चेष्टेने गंग्या म्हणायचा." आम्ही तिघेही हे पाहून आश्चर्यचकित झालो.थोड्या वेळाने लक्षात आलं की गंगाधर महंत व गणेश आजोबा हे विद्यार्थीदशेत असतानाचे मित्र आहेत.ते दोघे एकाच गुरुजींच्या आश्रमात शिकले आहेत.हे ऐकून पंडित गिरीजाशंकर ह्यांनाही खूप आनंद झाला.पुढे पंडित गिरीजाशंकर थोडे गंभीर होऊन म्हणाले, "मला मघाशीच एका गुप्तचराने एक संदेश दिला आहे,महाराणी गरोदर आहेत.त्यांनी केलेली तांत्रिक साधना फळाला आली आहे.माणिभद्र

स्वामींनी सांगितलेल्या त्या वाईट मार्गामुळे त्या दासीच्या मुलाचा बळी देऊन ही अपत्य प्राप्ती होणार आहे.देवी आता अजून अस्थिर होईल,आणि त्यात आता राजा राणीलाही यात्रेसाठी घेऊन येतो आहे.हे नंदा देवी यात्रेच्या नियमात बसणारे नाही.राजाने आत्ताच नियमांचे उल्लंघन सुरू केले आहे.''मी प्रश्न विचारला,"पण हा नियम का?" त्यावर महंत म्हटले,"बेटा, ही यात्रा अतिशय दुर्गम,कधी कधी बर्फाच्छादित प्रदेशातून करावी लागते.अशा वेळी गरोदर स्त्रीचे ह्या यात्रेत असणे योग्य नाही, तिच्या व तिच्या बाळाच्या जीविताला हानी पोहचू शकते, तसेच ह्या यात्रेचे गंतव्य १७००० फूट उंचावर आहे त्यामुळे ही यात्रा गर्भवती महिलांना वर्ज्य आहे.तसेच यात्रेत सहभागी होणाऱ्या प्रत्येक पुरुषाने तीन आठवडे म्हणजे ही यात्रा संपेपर्यंत ब्रह्मचर्य आचरण करणे बंधनकारक असते,मग तो राजा असो वा अन्य कुणी. पण राजा जसधवल तसे आचरण करत नाही.तसेच त्याला स्त्रीसंग व मदिरापान ह्याचीही सवय आहे.मणिभद्र स्वामी खरं तर अघोरी विद्येतले फार मोठे सिद्धपुरुष पण पैसा व सत्ता ह्या गोष्टी माणसाला आंधळे बनवतात अगदी तसेच दोघांचे झाले आहे."आता पंडित गिरीजाशंकर पुढे म्हणाले,"ह्यात आपली भूमिका काय हा सर्वांना प्रश्न पडला असेल.राजाने महंत गंगाधर दीक्षित ह्यांची एक तुकडी कोकण प्रांतातून बोलावली आहे, त्याचप्रमाणे त्याने दक्षिण,पूर्व व उत्तर भागातील ब्राह्मणांनाही बोलावले आहे.हे सर्व वैदिक ब्राह्मण आहेत.वेदातील काही गूढ रहस्ये ह्यातील काही ब्राह्मणांना माहीत आहेत.हे माणिभद्र स्वामींनी राजाला सांगितले आहे.म्हणून राजाने ह्या सर्व महंतांना आमंत्रणे पाठवली व असे सगळे मिळून ७१ जणांचा ब्राह्मण वर्ग राजाने जमा केला आहे.त्यांना तो वेळोवेळी काय करायचे त्याचे आदेशही देणार आहे"त्यानंतर मी प्रश्न विचारला की,"हे ह्या ब्राह्मणांना माहीत आहे का?"त्यावर ते म्हणाले,"हो काही जाणकार आहेत ज्यांना हे ठाऊक आहे.पण बाकीचे मात्र द्रव्यार्जनासाठी आले आहेत.एक शक्ती आहे जिने आपल्याला इथे येण्याचे आवाहन केले.ती शक्ती राजाच्या विरोधात उभी आहे आणि नंदा देवीची रक्षक शक्ती आहे.ही दिव्य शक्ती म्हणजे साक्षात 'लाटू देवता'.नंदादेवीने आपल्या यात्रेची सर्व जबाबदारी इथला क्षेत्रपाल श्री लाटू देवता ह्याच्यावर टाकली आहे.ह्या यात्रेत सहभागी झालेल्या भक्तांचे तो

रक्षण करतो.तसेच जो कुणी ह्या यात्रेत उपद्रव करतो त्याचा तो नाशही करतो.महंत गंगाधर दीक्षित हे लाटू देवतेचा पुजारी श्री भवानीशंकर बिष्ट ह्यांच्या संपर्कात असतात.हा लाटू देव ह्या पुजाऱ्याशी त्यांच्या ध्यानात संपर्क साधतो.ह्या वर्षी लाटू देवतेने यात्रेच्या सत्तर दिवस आधीच भवानी शंकर यांना राजाच्या कारस्थानाविषयी सांगितले आणि महंतांनी ते संदेश माझ्यापर्यंत पोहोचवले.ही सर्व एक दैवी योजना आहे आणि आपल्याला ह्यात महत्वाची भूमिका बजावायची आहे.उद्धव त्या निवडलेल्या लोकांपैकी एक आहे. हे निवडलेले लोक म्हणजे ज्यांना काही विशिष्ट विद्या अवगत आहेत. ज्या अघोरी विद्या आहेत.त्यातल्या ३ विद्या वेगवेगळ्या लोकांना ज्ञात आहेत.त्यातला एक माणिभद्र स्वामींचा कुणालाही माहीत नसलेला शिष्य आहे ज्याला दाहक सूर्य विद्या अवगत आहे.स्वतः राजा जसधवल याला जल आरोहण विद्या अवगत आहे,आणि उद्धव हयाला पूर्वजन्मी शितल चंद्र विद्या ठाऊक होती.आता पुन्हा स्वतः महंत उद्धवला ही विद्या प्रदान करणार आहेत,आणि ह्यासाठी लागणारे तांत्रिक संस्कार निळावंतीने ह्याच्यावर केले आहेत.जेव्हा ही विद्या महंत उद्धवला देतील त्यावेळी ह्या विद्येवर त्यांचा काही अधिकार राहणार नाही.तसेच त्यांचे शरीरही आता वयोमानानुसार क्षीण झाले आहे. त्यामुळे ते स्वतः त्या विद्येचा पूर्ण शक्तीनिशी वापर करू शकणार नाहीत.त्यांचे शरीर ती ऊर्जा स्वीकारायला तयार नाही आणि म्हणून लाटू देवतेने उद्धवची निवड केली आहे.त्याचप्रमाणे माणिभद्र स्वामी ह्यांनी आपला तो शिष्य ज्याला दाहक सूर्य विद्या शिकवली आहे तो कोण आहे व कुठे असतो हे अजूनही कुणाला माहीत नाही.स्वतः मणीभद्र स्वामीही त्या विद्या वापरू शकणार नाहीत,कारण जो नियम महंतांना आहे तोच माणिभद्र स्वामींना आहे.ह्यातल्या दोन्ही शक्ती म्हणजेच जल आरोहण विद्या आणि दाहक सूर्य विद्या ह्या राजाच्या बाजूनी आहेत.म्हणून उद्धवला शीतल चंद्र विद्येसाठी तयार करणं आपलं पहिलं कार्य आहे.आणि ह्यासाठी उद्धवकडे १२ दिवस आहेत.तसेच हे कार्य गुप्त पद्धतीने करायचे आहे.इथल्या एक गावातील माणसानी माझ्या सांगण्यावरून एक गुहा पाहून ठेवली आहे.त्या गुहेतच गंगाधर स्वामी उद्धवला त्या विद्येची दीक्षा देतील.रोज बारा दिवस दोघेही ब्राह्म मुहूर्तावर गुहेच्या दिशेने निघतील."

आता महंत म्हटले, “आपण सर्व आत्ताच आला आहात, थोडा आराम करावा, गावातल्या एका ब्राह्मणाच्या घरी आपली राहण्याची सोय केली आहे”आणि ते हाका मारू लागले,"ओ विमलकुमार जी, इधर आइये" त्यांनी हाक मारताच एक साधारणतः ३५ वर्षाचा तरुण तिथे आला.त्याच्याबरोबर त्याची आठ वर्षाची एक गोंडस मुलगी होती.महंतांनी ओळख करून दिली, “हे विमालकुमार अत्री,आणि ही ह्यांची मुलगी नंदा.” ओळख करून देताच नंदाने सर्वांना आदरपूर्वक नमस्कार केला.मी मात्र नंदाला पाहून चकित झालो.ही तीच मुलगी होती जिला मी ध्यानात नारदशिलेवर पाहिलं होतं, मी पटकन पंडितजींकडे पाहिलं, पंडितजी मला इशाऱ्यानेच गप्प बसण्याची खूण करू लागले.

आता वही वाचता वाचता संध्याकाळचे ७ वाजले.अवनीला सकाळी लवकर उठायचे होते म्हणून आता आपल्या वाचनाला तिने थोडा विराम दिला आणि पुन्हा प्रवासाची तयारी करू लागली.

नंदा देवी यात्रेची सुरुवात...

बघता बघता प्रवासाचा दिवस उजाडला.अवनी, रिचर्ड आणि निखिल तिघेही वत्सला आजींचा निरोप घेऊन निघाले.अवनीला बाय करत असताना आजींना रडू आवरले नाही,त्या म्हणाल्या,"बाळ जपून जा,काळजी घे,आणि लवकर परत ये!"अवनीनेही आजीला मिठीत घेतले, गालावर छान मुका घेतला आणि म्हणाली,"आजी काळजी करू नकोस, मी नक्की रोज जमेल तेव्हा फोन करेन, पण त्या हिमालयात काही ठिकाणं अशीही असतील की जिथे मोबाईलची रेंज मिळणार नाही.जेव्हा रेंज मिळेल तेव्हा मी तुला फोन करेनच,त्यामुळे काळजी करू नकोस."रिचर्ड व निखिललाही वत्सला आजीने सांगितले,"पोरांनो काळजी घ्या रे बाबांनो,स्वतः ची आणि माझ्या अवनीची सुद्धा."आता हे त्रिकुट हिमालयाच्या सफरीला निघालं.विमान वेळेवर होतं. जवळ जवळ २ तासांचा प्रवास होता.अवनी विमानात बसली आणि हँडबॅगमधली वही काढून पुन्हा वाचायला लागली.

आता जवळ जवळ रोज महंत गंगाधर दिक्षित उद्धवला त्या गुहेत घेऊन जात असत.एकदा मात्र माझं ही जाणं झालं.उद्धवचं शीतल चंद्र विद्येचं प्रशिक्षण सुरू झालं होतं.शीतल चंद्र विद्या ही एक फार जुनी विद्या आहे आणि तिचे जाणकारही बोटावर मोजण्याइतकेच आहेत असं महंत उद्धवला सांगत होते.मी जेव्हा त्याचे प्रशिक्षण पाहिले तेव्हा उद्धव जवळजवळ सगळे मंत्र व्यवस्थित म्हणत होता.वाढत्या चंद्राप्रमाणे त्याच्या विद्येचे बळही वाढत होते.महंत उद्धवला सांगत होते,"उद्धवा, यात्रा आता अष्टमीला सुरू होणार आहे चंद्राच्या कलेप्रमाणे तुझी विद्याही बळकट होत जाईल.प्रत्येक रात्री तुला त्याचा सराव करायचा आहे."उद्धवनेही होकारार्थी मान डोलवली.पुढे ते म्हणाले ,"उद्धवा, हा महिना फार विशेष आहे.ह्या महिन्यात दोन पौर्णिमा आहेत.ह्याचा तुला विशेष फायदा होईल आणि तुझी शक्ती दुप्पट वाढेल.ह्या विद्येनी तू बर्फगोल एक शस्त्र म्हणून वापरू शकतोस.हयात माणसाला गोठवून ठेवण्याची क्षमता आहे.आणि हा महिना म्हणजे ह्या विद्येसाठी पर्वणी आहे.जेव्हा दुसरी पौर्णिमा येईल त्यावेळी तुझी विद्या एक वेगळंच शिखर गाठेल कारण त्यावेळचा चंद्र हा महानील चंद्र असेल. ती शक्ती त्यावेळेस एक मोठी हानीही घडवून आणेल.मोठी मोठी हिमवादळं ह्या विद्येच्या प्रभावाने उठतील.हिम गोलांचा वर्षाव होईल.आणि त्यावेळेस तुला खेचरी मुद्रा करून समाधी अवस्थेत जावे लागेल.तीच तुझ्या मुक्तीची वेळ समज."मला हे सर्व फार कुतुहलाचं वाटलं. आज मी उद्धवची वाट पाहत तिथेच थांबलो म्हणून मलाही काही मंत्र कळले.पण मला त्याचा काहीही उपयोग नव्हता कारण तशी मला दीक्षाही मिळाली नव्हती,नी अधिकारही नव्हता.आता मी ,महंत,आणि उद्धव तिघेही पुन्हा आमच्या छावणीच्या दिशेने निघालो.पंडितजी छावणीत आमची वाट पाहतच होते.गणेश आजोबाही त्यांच्या जोडीला होते.आणि पंडितजी म्हणाले,"आत्ताच माझ्या गुप्तचराने माहिती आणून दिली आहे.त्याच्या माहितीनुसार त्या माणिभद्र स्वामींचा शिष्य ज्याला दाहक सूर्य विद्या अवगत आहे त्या शिष्याचे नाव बलदेव आहे,पण तो काय करतो कुठे असतो आणि कसा दिसतो हे मात्र कुणाला माहीत नाही.असो!आपल्याला उद्याच्या कार्यक्रमाची तयारी केली पाहिजे,उद्या नंदा अष्टमी आहे.नौटी ह्या गावाहून उद्या नंदा देवीची सुवर्ण मूर्ती

प्रयागावर स्नानासाठी आणली जाईल.त्याच वेळेस आपण सर्व राजाच्या ७१ ब्राह्मणांच्या तुकडीचा भाग बनून ह्या यात्रेत सहभागी होणार आहोत,त्यामुळे आता आपली सर्वांची भेट उद्याच."

अष्टमीच्या पहाटेपासूनच प्रयागावर निरनिराळी अनुष्ठाने सुरू झाली होती.नंदा देवी आणि शिवशंकराच्या जयघोषाने वातावरण प्रसन्न झाले होते. प्रयागावर उपस्थित सर्व लोकांच्या नजरा आता नंदा देवीच्या डोलीकडे लागल्या होत्या.इतक्यात सूर्यप्रकाशात तेजस्वी तळपणारी डोलीतली मूर्ती भाविकांच्या नजरेस पडली आणि वातावरणात एकदम स्फुरण आले. "नंदादेवी की जय हो!" म्हणत ते प्रयाग क्षेत्र दुमदुमुन गेले. देवीच्या सुवर्ण मूर्तीला स्नान घालून तिची आलेल्या ब्राह्मणांनी षोडशोपचारे पुजा केली.कन्यापूजन ही झाले.इतक्यात आमच्या कानावर मधुर स्तोत्राचे स्वर ऐकू आले.कुणीतरी लहान मुलगी ते शंकराचार्यरचित स्तोत्र म्हणत होती.

अयि गिरिनन्दिनि नन्दितमेदिनिविश्वविनोदिनि नन्दिनुते

गिरिवरविन्ध्यशिरोऽधिनिवासिनिविष्णुविलासिनि जिष्णुनुते ।

भगवति हे शितिकण्ठकुटुम्बिनिभूरिकुटुम्बिनि भूरिकृते

जय जय हे महिषासुरमर्दिनि रम्यकपर्दिनिशैलसुते

मीही त्या आवाजाच्या दिशेने आकर्षित झालो. कोण स्तोत्र म्हणत आहे हे पाहण्यासाठी पुढे सरसावलो.आठ वर्षांची ती नंदा ते स्फुलिंग निर्माण करणारं स्तोत्र म्हणत होती.आता आम्ही सर्व,गावकरी व राजाचं सैन्य असे सर्वजण पुन्हा नौटी च्या दिशेने निघालो.आज रात्रीचा मुक्काम ह्याच गावी होता आणि इथूनच उद्या सकाळी नंदा देवीच्या पाठवणीला म्हणजेच नंदा देवी यात्रेला खऱ्या अर्थाने सुरुवात होणार होती.संध्याकाळी आम्ही सर्व नौटी ह्या गावी येऊन पोहोचलो.गावकऱ्यांनी त्या १५०-२०० माणसांसाठी उत्तम सोय केली होती.आता नंदा देवीच्या शेजारतीची वेळ झाली होती.पंडित गिरीजाशंकर व गणेश आजोबा कुठे दिसेनात म्हणून उद्धवच्या सांगण्यावरून मी त्यांना बाहेर शोधायला निघालो.इतक्यात गणेश आजोबा समोरून येताना दिसले.मी त्यांना विचारले, "आजोबा, पंडितजीना पाहिले का ?" त्या वर ते

म्हणाले,"नाही रे बाळा, आत्ता नाही पण काही तासांपूर्वी देवळामागच्या जंगलात जाताना पाहिले मी त्यांना.असो, येतील ते आपण आधी शेजारती करू व मग त्यांना शोधू." आता काही वेळाने शेजारतीही संपली होती,देवीसह सर्व गाव झोपेच्या अधीन झाले होते.आम्ही चौघे म्हणजे मी,महंत,उद्धव आणि आजोबा पंडितजीना शोधायला निघालो. गावातल्या एका माणसालाही बरोबर घेतलं होतं,आणि त्या घनदाट हिमालयाच्या जंगलात शिरलो.थोडं दूर गेल्यावर खळखळत्या पाण्याचा आवाज आला.आम्ही त्या दिशेने निघालो.त्या पाण्याच्या दिशेने जाताना काहीतरी पायात अडकून आजोबा खाली पडले.आम्ही त्यांच्याकडे पाहिले.बापरे! ते कोणाच्यातरी मृतदेहावर पाय अडकून पडले होते.मशालीच्या प्रकाशात तो उताणा पडलेला मृतदेह आम्ही पाहिला,आणि सर्व जण जागीच गोठून गेलो.जे दिसलं ते अघोरी होतं!.तो पंडित गिरीजाशंकर ह्यांचा रक्तबंबाळ मृतदेह होता.

दोन तासांनी घोषणा झाली,"कृपया कुर्सी की पेटी बांध ले हम करिब 5 मिनट मे देहरादून जॉली ग्रांट एअरपोर्टपर उतरने वाले है."आणि अवनीने मनात नसतानाही ती वही वाचणे बंद केले.

चौसिंगा खाडु

अवनी, रिचर्ड आणि निखिल देहराडून एअरपोर्टला उतरले.रिचर्डचा मित्र रणबीर सिंग आपली गाडी घेऊन त्यांना एअरपोर्टला रिसिव्ह करायला आला होता.आता चौघेही ऋषिकेशच्या दिशेने निघाले.वाराही त्या वेगाने चालणाऱ्या गाडी बरोबर शर्यत लावत होता आणि त्याची थंड हवा अंगावर शहारे आणणारी होती. जणू काही वाऱ्याची थंड झुळूक सांगत होती, 'वेलकम टू हिमालया".ऋषिकेशच्या हॉटेलवर उतरताच चौघेही फ्रेश झाले,आणि संध्याकाळी लक्ष्मणझुला ते राम झुलापर्यंतचा प्रवास पायीच करायचं ठरवून फिरायला निघाले.एका बाजूला सोबतीला गंगा होती तर दुसऱ्या बाजूला आश्रम आणि मार्केट.अवनीला एक गोष्ट मात्र चांगलीच

जाणवली, ती म्हणजे कितीतरी फॉरेनर लोक तिथे कायमचे राहायला आले होते.तिने ऐकलं ते खरं होतं,ऋषिकेश ही योगाची राजधानी होती.इथे जिथे तिथे योगा शिकवणाऱ्या क्लासेसचा सुळसुळाट असल्याने बरेच विदेशी इथे योगक्रिया आणि आसनं शिकायला येतात.संध्याकाळचा नाष्टा ही चोटीवला ह्या हॉटेलमध्ये झाला आणि पावलं वळली ती परमार्थ निकेतन ह्या आश्रमाजवळ.रणबीर सिंग मुद्दाम त्यांना ५ च्या सुमारास तिथे घेऊन आला होता. तिथे त्यांना छोटे बटू लगबगीने हातात आरती घेऊन गंगेच्या दिशेने निघालेले दिसले, आणि ती गंगा आरती सुरू झाली.अहाहा!सूर्य मावळतीला आला होता.त्याचे तेज आता केशरी होऊन आसमंत रंगवत होते.वेदातील काही मंत्र ते बटू म्हणत होते.आणि मग गंगा आरतीने आसमंतात एक उत्स्फूर्त उधाण भरलं,मावळता सूर्य आणि त्याच्या प्रकाशात गंगेचं सोनेरी पाणी,अहाहा! डोळ्यांसाठी तर अगदी पर्वणीच.काही लोक पाण्यात दिवेही सोडत होते व गंगा मातेला नमन करत होते.काहींच्या डोळ्यातून अश्रुधारा वाहत होत्या.काही वेळानी अवनीलाही जाणवलं की तिचे डोळेही अचानक पाणावले आहेत.तो सर्व सोहळा बघून अवनी भारावून गेली होती.गंगा आरती आटोपली तशी सर्व पुन्हा रात्रीचे जेवूनच आपापल्या रुमवर परतले.अवनीने आजीला फोन करून दिवसभराची मजा सांगितली आणि आता ती झोपायच्या तयारीत होती,पण झोप येईना म्हणून पुन्हा एकदा हातात वही घेऊन भूतकाळात डोकावू लागली.

आम्ही चौघे म्हणजे मी ,उद्धव,महंत आणि गणेश आजोबा ते दृश्य बघून जागीच खिळून राहिलो.उद्धव तर जागीच कोसळून रडायला लागला. आजोबांची ही तीच अवस्था.ज्यांच्या शब्दावर विश्वास ठेवून ते इथवर आले होते ती व्यक्ती त्यांच्या पायाशी मृत अवस्थेत पडली होती.आता महंत पंडितजींच्या मृतदेहाजवळ गेले,आणि त्याचे अवलोकन करू लागले.त्यांना कोणीतरी प्राण्यानी मारलं आहे हे स्पष्ट दिसत होतं.बहुतेक रानटी शुकर असावं असं महंतांना वाटलं आणि त्यांनी ते आम्हा चौघांना सांगितलं.बघता बघता पंडितजींना रानशुकराने मारले ही बातमी गावात पसरली आणि गावचे प्रमुख तिथे आले.यात्रेच्या पहिल्याच दिवशी घडलेला हा प्रकार पाहून सगळे गावकरी चिंतीत झाले,पण ही जुनी परंपरा मोडणेही शक्य नव्हते. महंतांच्या

सांगण्यानुसार मग गावकऱ्यांचं मत घेऊन पंडितजींना त्या गावातचं अग्नी देण्याचे ठरले. सगळे अंतिम संस्कार उद्धवने केले. उद्धव अग्नी द्यायला जाणार इतक्यात त्याचे लक्ष पंडितजींच्या डाव्या हाताकडे गेले.त्यावर सूर्याचं चित्र रक्ताने कोरलेलं दिसलं.त्याने लगेच महंतांना बोलावलं.आणि महंतही हा प्रकार पाहून आश्चर्यचकित झाले.त्यांच्या चेहऱ्यावर गंभीर भाव दिसू लागले, त्यांचा चेहरा थोडा चिंताग्रस्त जाणवला पण ते काही बोलले नाहीत.

उद्धवने अंतिम संस्कार पार पाडले आणि मग सर्वजण पुन्हा यात्रेच्या पर्वणीसाठी तयार झाले.उद्धव मात्र आता अजिबातच बोलेनासा झाला.दुसऱ्या दिवशी सकाळी नंदा देवीची यात्रा निघणार इतक्यात तिथे राजा जसधवल आला.त्याने नंदा देवीची पूजा केली आणि गावकऱ्यांना त्याच्या यात्रेचा खोटा मनसुबा सांगितला.त्याने सांगितले की "राणीला शापमुक्त करण्यासाठी मी ही यात्रा करत आहे.आणि ही यात्रा सर्व सैन्यासह करण्याचे कारण आहे ते म्हणजे तुम्हा सर्व यात्रेकरूंची काळजी.मी ह्या यात्रेत सहभागी होणाऱ्या प्रत्येक भक्ताला माझ्याकडून संरक्षण मिळेल असे आश्वासन देतो.यात्रा दुर्गम आहे आणि माझे सहकार्य तुम्हा सर्वांना आहेच.ह्या व्यतिरिक्त महंत गंगाधर दीक्षित ह्यांची ब्राह्मणांची तुकडी सर्व विधी पूजा ह्याची व्यवस्था पाहिलचं,त्यामुळे तुमची सर्वांची यात्रा सुखकर आणि फलदायी होईल.आपण सर्व माझ्याबरोबर आहात ना ?" गावकऱ्यांनीही राजाच्या घोषणांनां भुलून राजाचा जयघोष केला,आणि यात्रा आपले पुढेच गंतव्य म्हणजेच कासुआ गाव ह्या ठिकाणी निघाली.जशी नंदा देवीची डोली उठली तसे आकाशात मेघ गर्जना करू लागले व वर्षा झाली.ते दृश्य पाहून नौटी गावातील अनेक लोक अगदी हुंदके देऊन रडायला लागले.महंत सांगू लागले की गढवाल भाषेत मुलीला 'ध्यानी' म्हणून ओळखले जाते आणि म्हणूनच इथे तिची पूजा एका कन्येच्या रूपात केली जाते.इथल्या लोकांची अशी धारणा आहे की ही वर्षा नसून नंदादेवीचे अश्रू आहेत आणि माहेर सोडणार म्हणून ती हा शोक करत आहे.आता आमची यात्रा नौटीहून कासुआ गावी निघाली.मध्ये इदा बदानी ह्या गावी आम्ही थोडा विश्राम केला आणि सर्व राजाच्या सैन्यासह आम्ही कासुआ ह्या गावी येऊन पोहोचलो.गावाच्या वेशीवर जे पाहिलं ते अद्भूत होतं.सर्व गावातले लोक नंदा देवीच्या डोलीची वाट पाहत होते आणि

त्या सर्वांच्यामध्ये एक सजवलेला चार शिंगांचा मेंढा होता . मी, उद्धव आणि गणेश आजोबा आश्चर्यचकित होऊन त्या मेंढ्याला पाहू लागलो.उद्धवने काढलेलं ते चार शिंगी मेंढ्याचं चित्र आणि तो मेंढा यात तिळमात्र फरक नव्हता.लोक नंदा देवीची डोली पाहून आनंदित झाले.नंदा देवीचा जयघोष सुरू झाला व 'चौ सिंगा खाडु माता का स्वागत करता है!' असे उद्गार काढून तिची स्तुती करायला लागले.तिच्यासाठी त्यांच्या भाषेत गाणी म्हणू लागले. ते लोक देवीच्या डोलीपुढे नतमस्तक होत होते आणि कुणी म्हणत होतें,

जै -जै बोला जै भगवोती नंदा,नंदा ऊँचा कैलाश की जै।

जै भोला तेरु चौ सिंग्य खाडू , तेरी छतोली रिंगाल की जै

हे सर्व वाचताना अवनीला कधी झोप लागली कळलंच नाही.

देवीचं वारं....

अवनीला सकाळी लवकरच जाग आली.अचानक तिला आजीच्या हातचा बेड टी आठवला.पण आजूबाजूला बघून आपण हॉटेलमध्ये आहोत हे जाणवले आणि ती लगेच भानावर आली.पहाटेचे ५ वाजले होते.अंगावर शाल पांघरून अवनी एकटीच बाहेर पडली. हॉटेलखालच्या टपरीवर चहा घेतला आणि पावलं लक्ष्मण झुल्याकडे वळली.धुक्याचं ब्लॅकेट अंगावर घेतलेला तो लक्ष्मणझुला गंगेवर छान झोके घेत होता.त्याच्यावर उभं राहून गंगेचे तरंग अनुभवणं हा एक स्वर्गीय अनुभव आहे ह्याची अनुभुती अवनीला लवकरच आली.त्या झुल्यावर आणखीन कोणीतरी दिसलं पाठमोरं उभं असलेलं.ओळखीचं वाटत होतं म्हणून अवनी त्याच्याजवळ गेली,पहाते तो निखिल! अवनी म्हंटली,"काय रे ठोंब्या, इथे काय करतो आहेस?"निखिलने तोच प्रतिप्रश्न अवनीला केला,आणि अवनी हसून म्हटली,"तुझा पाठलाग! अचानक सोडून गेलास तर मला?"आणि निखिल एकदम गंभीर झाला.अवनीलाही पटकन जाणीव झाली निखिलच्या गंभीरपणाची, पण विषयाला तिथेच मोड घालून म्हणाली"चला निखिल राजे कर्णप्रयागसाठी निघायचं आहे आपल्याला."आणि दोघेही पुन्हा एक चहा घेऊन प्रवासाच्या तयारीला लागले.

आता अवनी, रिचर्ड, रणबीर सिंग, आणि निखिल असे चौघे कर्णप्रयागच्या दिशेने निघाले.प्रवासात असताना नचिकेत गोखलेंनी नमूद केलेल्या प्रत्येक खुणा अवनीला जाणवत होत्या आणि ती मंत्रमुग्ध होऊन पहात होती.देव प्रयाग व रुद्र प्रयाग येथे थोडे थांबल्यावर साधारणतः चार साडेचारच्या सुमारास ते चौघे कर्णप्रयाग येथे येऊन पोहोचले.इथे त्या भूतकाळाच्या खुणा अवनीला आत्ताच्या आधुनिकीकरणातही जाणवत होत्या.मनोज सिंग नेगी हा निखिलचा मित्र त्यांना तेथे भेटला. तो ही सराईत मराठी बोलत होता.काही वर्षे नोकरीच्या निमित्ताने त्याचं पुण्यात राहाणं झालं होतं त्यामुळे अस्खलित मराठी बोलू शकत होता.त्याने त्याच्या बंगल्यात त्यांची राहण्याची सोय केली होती.संध्याकाळी सर्वांनी प्रयाग दर्शन घेऊन गंगेची आरती केली. रात्रीच्या जेवणाची व्यवस्था मनोज आणि त्याच्या पत्नीने केलीच होती. छान उत्तराखंडी घरगुती जेवणाचा आस्वाद रिचर्ड,रणबीर सिंग आणि निखिलने घेतला.अवनी मात्र डाएटचं नाव पुढे करून बेतानेच खात होती.जेवणानंतर छान गप्पा रंगल्या. अवनीने त्या वहीत घडलेली आत्तापर्यंतची गोष्ट सर्वांना सांगितली.सर्वांसाठी ह्या गोष्टी अगम्यशा होत्या.पण मनोज म्हणाला, "आत्तापर्यंत हिमालयाची अशी कितीतरी रहस्य काळाच्या ओघात विरून गेली आहेत. राहिल्या आहेत त्या फक्त लोककथा." गप्पा झाल्यानंतर सगळे आपापल्या खोलीत झोपायला गेले.उद्या ते नौटी ह्या गावी जाणार होते. अवनीने पुन्हा आपल्या खोलीत जाऊन वहीचे वाचन सुरू केले.

राजा कनकपाल याने आपल्या भावांना ह्या गावात वसवले.गढवाली भाषेत भावाला 'कासा' म्हटलं जातं आणि म्हणून ह्या गावाचे नाव कासुआ असं पडलं होतं.राजा कनकपाल स्वतः नंदा देवीच्या डोलीची वाट पाहात उभा होता.त्याच राजाची एक समिती चौ सिंगा खाडु शोधण्याचे काम करते.अगदी चमत्कारिकरित्या गढवाल आणि कुमाऊ भागातील एका मेंढपाळाला एक महिना आधी स्वप्न पडतं की त्याच्या गोठ्यात चौसिंगा येणार आहे.आणि मग राजाची ती समिती येऊन त्या खाडुची शहानिशा करते.नंतर ज्यावेळी नंदा देवीची डोली कासुआ ह्या गावी येते,त्यावेळी नंदादेवीला दिले जाणारे सगळे भोग हे त्या खाडुच्या अंगावरील पिशव्यांमध्ये ठेवले जातात आणि यात्रा आता खाडुसोबत आपल्या पुढच्या मार्गाला

लागते असा प्रत्येक यात्रेचा नियम आहे.ह्याही वर्षी तसंच झालं.राजा जसधवल आणि राजा कनकपाल ह्यांची भेट कासुआ गावात झाली.राजा कनकपालने अन्नधान्याची सामुग्री यात्रेसाठी दिली ती सर्व जसधवलने वाहून नेण्याची जबाबदारी घेतली.

आता आमचे पुढचे गंतव्य होते सेम व कोटी गाव.दोन दिवसांनी कासुआहून आम्ही सेममार्गे कोटीला येऊन पोहोचलो.नंदा देवीची पुन्हा साग्रसंगीत पूजा झाली. पण इथे एक महत्वाची गोष्ट पाहण्यात आली,ह्या ठिकाणी नंदा देवीच्या भेटीला सुनंदा देवी आणि लाटू देवतेचीही डोली आली,इथे आम्ही एक विलक्षण सोहळा पाहिला तो म्हणजे नंदा देवी,सुनंदा देवी,आणि लाटू देवतेच्या डोली छान नाचावल्या जातात.आमच्या एक लक्षात आलं की ह्या यात्रेमध्ये आता लाटू देवतेचे महत्वही अधिक वाढले होते.आधी नंदा देवीची डोली आणि तिच्यामागून सुनंदा आणि लाटू देवाच्या डोली मार्गस्थ झाल्या आणि पूर्ण कोटी गावात फिरवल्या गेल्या, रात्री तेथेच सर्व यात्रेकरूंनी ठाण मांडले.रात्री नंदा देवीच्या भजनाने आसमंत दुमदुमून गेला.बऱ्याच जणांच्या अंगात वारं संचारतानाही पाहिलं.इतक्यात त्या गावातील एक बाई वाऱ्याच्या वेगाने धावून आली.तिच्यावरही कुणाचं तरी वारं असल्याचं जाणवलं आणि ती जोरजोरात ओरडून आक्रोश करू लागली आणि म्हणू लागली,"मरतील! सगळे मरतील! फक्त हाडं राहतील! देवी नंदा पाहते आहे.तिच्या भक्ताला काळ्या जादूच्या प्रयोगाने मारले आहे.तुम्ही ही मराल, संपेल सगळं संपेल!" तिचा आक्रोश ऐकून आमच्या अंगावर काटा आला.गावकरी व यात्रेकरू चिंतीत झाले.यात्रा पुढे चालू ठेवावी की नाही असा सर्वांना प्रश्न पडला,आणि देवीकडे कौल मागितला गेला,पण देवीने कौल दिला नाही.राजा जसधवल पुढे आला व म्हणाला,"आपली एवढ्या वर्षांची परंपरा फक्त एका स्त्रीच्या शरीरात देवीचा संचार झाला म्हणून मोडता येणार नाही.आपण पुढे ही यात्रा सुरू ठेवायला हवी.जर देवीचा कोप झाला असेल तर आपल्याबरोबर असलेल्या ह्या ७१ ब्राह्मणांच्या तुकडीने आपल्याला सांगितलं असतं पण ह्यापैकी कुणीही अजून तसे सांगितलेले नाही.आणि जरी कोप झाला असेल तरी आपण वेद मंत्र व प्रार्थनेने तिचा कोप शांत करू.पण आपण पुढच्या गावाकडे प्रस्थान केले पाहिजे."प्रत्यक्ष

राजाच आश्वस्त करतो आहे म्हटल्यावर सगळे तयारही झाले, पण उद्धव आणि महंत मात्र कुठे दिसत नव्हते,जेव्हा मी गणेश आजोबांना विचारले तेव्हा ते म्हटले की ते दोघे शीतल चंद्र विद्येचा सराव करत आहेत म्हणून छावणीपासून लांब गेले आहेत,येतीलच इतक्यात.आणि काही वेळाने ते येताना दिसलेही.झाला प्रकार आम्ही महंतांना सांगितला,आणि महंत विचारमग्न झाले.पण विचारांना थांबवतच पुढे म्हणाले,"आपले पुढचे गंतव्य फार महत्वाचे आहे.'भगोती गाव'नंदा देवीच्या माहेरच्या गावातील शेवटचे गाव.त्यामुळे आता आपल्याला आराम करायला हवा. उद्या राजाच्या म्हणण्यानुसार आपल्याला यात्रा सुरू करावी लागेल".

आणि तिथेच थांबून अवनीही निद्रेच्या अधीन झाली.

भगोती

सकाळी अवनीसह सर्व जण लवकर उठून पुन्हा प्रयागावर गेले, सूर्याचं केशरी बिंब आपल्या किरणांना हिमालयाच्या धुक्यात विरघळवून टाकत होतं. गार आल्हाददायक वारा चेहऱ्यावर गुदगुल्या करून जात होता.फक्त नदीचा अवखळ आवाज, आणि ते चौघे शांत स्तब्ध तिच्या किनारी उभे होते.अवनीचा तिथून पायच निघत नव्हता अशी मनाची अवस्था झाली होती,पण जावं तर लागणार होतं.सकाळचे सोपस्कार आटोपून अवनी व तिघेजण नौटीसाठी निघाले.नौटी येथील नंदा देवीच्या मंदिराचे दर्शन घेऊन चौघेजण पुन्हा गाडीत बसले.आता अवनीला ती सर्व ठिकाणं परिचयाची वाटत होती, त्यांची तोंड ओळख तिला नचिकेत गोखलेच्या वहीमुळे झालीच होती.आता चौघेही सेम व कोटी मार्गे भगोतीला येऊन पोहोचले.मनोज सांगू लागला,"हे गाव म्हणजे देवीच्या माहेरच्या गावांच्या समूहातील शेवटचा टप्पा मानले जाते." मनोजनी भगोती इथेच चौघांच्याही राहण्याची सोय केली होती आणि आजची रात्र सगळे तिथेच काढणार होते. सर्वांची जेवणं उरकली आणि अवनी पुन्हा वर्तमानाचा पडदा सारून वहीमार्फत भूतकाळात डोकावू लागली.

आम्ही भगोती ह्या गावी येऊन पोहोचलो.प्रत्येक गावकरी आपल्या आपल्या ऐपतीनुसार देवीचे कोडकौतुक करत होता.तिच्यापुढे नतमस्तक होत होता.पण महंत मात्र चिंतेत दिसत होते.उद्धवने आणि मी जाऊन त्यांच्या चिंतेचे कारण विचारले.त्यावर ते म्हणाले, "राजा स्वतःच्या स्वार्थासाठी निरागस लोकांचे बळी घेणार आहे, मला राजाचे सत्य काय आहे ते माहीत आहे.ह्या संग्रामात आपण सर्व तर जीवावर उदार झालोच आहोत पण आपल्याबरोबर शेकडो कुटुंबे ही आहेत जी ही यात्रा करत आहेत. आपल्याला इथेच त्यांना थांबवलं पाहिजे.मी जाऊन आत्ताच सर्व यात्रेकरूंना सांगतो."त्यावर गणेश आजोबांनी सुचवले, "दीक्षित, जर तुम्ही एकटेच गेलात तर तुमच्यावर कोणी विश्वास ठेवणार नाही. त्याआधी आपल्या ब्राह्मणांच्या तुकडीला विश्वासात घ्या ,उद्या प्रवासात असताना ही वार्ता त्यांच्या कानावर घाला.आणि त्यांनाच इतरांना सांगण्याची जबाबदारी द्या.पुढे नंदा देवीच्या इच्छेप्रमाणे सर्व होईल अशी आशा करू."महंतांना त्यांचे म्हणणे पटले.आता सगळे झोपेच्या अधीन झाले होते.मला लघुशंका आल्यामुळे मी आमच्या छावणीतून बाहेर पडलो. येताना राजाच्या छावणीच्या जवळून परत आलो,आणि काही आवाज ऐकू आले,"राजा, जर तुला तुझ्या कार्यात सफल व्हायचे असेल तर पुन्हा एकदा तुला तुझ्या मार्गातील अडथळा दूर करायला हवा." त्यावर राजा म्हणाला,“म्हणजे, आता महंतांना?”...“हो आता त्याचीच वेळ आहे! त्याला जर ठेचलं नाही तर मात्र तो विंचू आपल्याला कधीही दंश करू शकतो.म्हणूनच मी बलदेवला महंतांना मारून टाकण्याची आज्ञा दिली आहे”.हे ऐकल्याबरोबर मी जीव मुठीत घेऊन तिथून आमच्या छावणीकडे जायला निघालो.पाहिलं तर गणेश आजोबा व उद्धव गाढ झोपेत होते.आता म्हटलं महंतांच्या छावणीत जाऊन पहावं,तर महंतही तिथे झोपलेले दिसले.पण जे ऐकलं आहे ते महंतांना सांगणं गरजेचं होतं म्हणून मी आतमध्ये गेलो. त्यांना ३ वेळा हाकाही मारल्या पण ते काही उठेनात म्हणून त्यांना हलवण्याचा प्रयत्न केला, पण त्यांचं शरीर अंगात त्राण नसल्यासारखं निपचित पडलं होतं म्हणून त्यांनां कुशीवरून सरळ केलं.पाहतो तर काय! त्यांच्या तोंडातून फेस येत होता.शरीर काळंनिळं पडलं होतं आणि श्वास थांबले होते.डोळे उघडे होते.मी तसाच गणेश आजोबांना

उठवण्यासाठी गेलो. गणेश आजोबा व उद्धव माझ्या आवाजाने झोपेतून उठले आणि लगबगीने महंतांच्या छावणीकडे निघाले. आजोबांना तर रडूच आले. त्यांच्या लहानपणीचा मित्र आता कायमचा गेला होता. आजोबा म्हटले महंतांना सर्पदंश झाला आहे व त्यातच त्यांनी आपले प्राण गमावले आहेत.आता उद्धव संतापून उठला. उद्धवचे दुसरे गुरूही काळाच्या पडद्याआड गेले.माझ्या मनात मात्र संशयाची पाल चुकचुकली, ह्यात राजाचा तर काही हात नसेल ना? असा विचार मनात येऊन गेला.पण त्या क्षणी मी गप्प बसायचेच ठरवले.मला वसिष्ठ गुहेत भेटलेल्या बटुक नाथांचे शब्द आठवले,

एक एक मोती बिखरेगा

ऐसा तुफान आयेगा

आता महंतांच्या मृत्यूमुळे आम्हाला मार्गदर्शन करणारं मात्र कुणीच नव्हतं. म्हणता म्हणता महंतांच्या मृत्यूची बातमी सगळीकडे पसरली आणि यात्रेकरूंमध्ये एकच भीतीची लहर पसरली.

इतके वाचून अवनीने वही बंद केली आणि तिच्या विचारविश्वात गुंग झाली.

नंदा

अवनीला सकाळी जाग आली तेव्हा तिला वही तिच्या छातीवरच दिसली. तिने उठल्या उठल्या वेळ न दवडता आता ती वही वाचायला सुरुवात केली तिचीही उत्सुकता आता शिगेला पोहोचली होती.

महंतांचा सर्पदंशाने मृत्यू झाला ही घटना सर्व यात्रेकरुंसाठीही धक्कादायक होती.उद्धवचा तर राग अनावर होत होता.मल्लयुद्धाचा गावातील कार्यक्रम तातडीने रद्द करण्यात आला पण पुन्हा यात्रा थांबवायची की नाही ह्यावरून वाद निर्माण झाला. इथे माणिभद्र स्वामी राजाकडून

यात्रेच्या निमित्ताने एक एक अनुष्ठान करून घेत होते.पण लोकां मध्ये पसरलेला असंतोष पाहून राजाने घोषणा केली,"ज्या व्यक्तीला मागे परत फिरायचे असेल ते जाऊ शकता.पण एक लक्षात ठेवा,जो कोणी आमच्याबरोबर येईल त्याला मी उपहार म्हणून १०० सोन्याच्या मोहरा देईन.जी ७१ ब्राह्मणांची तुकडी आहे त्यांना २०० सोन्याच्या मोहरा देण्यात येतील.तसेच आपल्याबरोबर सिद्ध पुरुष माणिभद्र स्वामी स्वतः यात्रेत आहेत. ते नंदा देवीचे परमभक्त आहेत आणि ते आपल्या सर्वांना नंदादेवीचे दर्शन घडवून आणणार आहेत.प्रत्यक्ष ईश्वराच्या दर्शनासाठी परीक्षा ह्या द्याव्याच लागतात.त्यामुळे आता तुम्हीच ठरवा काय करायचं ते."हे सर्व ऐकून उद्धवला राजाचा प्रचंड राग येत होता आणि तो राजाविरुद्ध बोलण्यासाठी पुढे सरसावला पण गणेश आजोबांनी त्याला अडवले व पुढे जाऊ दिले नाही.म्हणाले,"उद्धवा, ह्या यात्रेचा भाग व्हायचं आहे की नाही हे ज्याचं तो ठरवेल तू मध्ये पडू नकोस."पुढे राजा पुन्हा म्हटला,"महंत गेल्याचं दुःख आपल्या सर्वांनाच आहे.त्यांना सर्पदंश झाला आणि त्यात त्यांचा मृत्यू झाला ही फार वाईट गोष्ट आहे. परंतु ते जर जिवंत असते तर त्यांनी नक्कीच ही यात्रा पूर्ण करण्याचा उपदेश केला असता.कदाचित ते देवीचे परमभक्त असल्याकारणाने देवीनेच त्यांना स्वतः कडे बोलावून घेतले असावे." हे सर्व ऐकल्या नंतर यात्रेकरू विचार करू लागले.पण सर्वात मोहवून टाकणारे प्रलोभन जे राजाने समोर ठेवले होते ते म्हणजे सोन्याच्या मोहरा,आणि नंदा देवीचे दर्शन.ह्या प्रलोभनांना भुलून यात्रेतील शेकडो माणसं यात्रा चालू ठेवण्यासाठी तयार झाली.बाकीच्यांनी मागेच राहण्याचा निर्णय घेतला.आता महंतांच्या पार्थिवावरही उद्धवने अंतिम संस्कार केले आणि यात्रा शेकडो यात्रेकरु,राजाचे सैन्य आणि राजाबरोबर असलेल्या ब्राह्मणांच्या तुकडीसह पुढे निघाली.यात्रेचा पुढचा पडाव होता कुलसारी.इथून पुढे नंदा देवीचे सासर सुरू होते अशी लोकांची मान्यता आहे.लाटू देवतेचे महत्वही इथे वाढते.नंदा देवीची डोली ज्यावेळी मेंढ्यासह कुलसारी येथे आली त्या वेळी कुलसारी गावातल्या लोकांनी डोलीचे व यात्रेकरूंचे यथोचित स्वागत केले.आज आमचा मुक्काम ह्याच गावी होता.रात्री मी आजोबा आणि उद्धव तिघेही नंदा देवीच्या आरतीला उपस्थित होतो.आरतीला अलोट गर्दी होती.आठ वर्षांची

नंदा व तिचे वडील अजूनही आमच्याबरोबर होते.नंदाने पुन्हा आपल्या मधुर आवाजात भगवती अष्टक म्हटले.परिसर नंददेवीच्या उद्घोषाने दुमदुमून गेला.आजोबा व उद्धव पुन्हा छावणीकडे जायला निघाले,मी, नंदा आणि तिचे वडील मागे राहिलो होतो.आमच्या छावणीपर्यंत जाण्यासाठी जेव्हा आम्ही निघालो तेव्हा,४-५ चेहरा लपवलेल्या सशस्त्र माणसांनी आमच्यावर हल्ला केला आणि नंदाला पकडून घेऊन जाऊ लागले.मी व तिचे वडील विमल कुमार त्यांच्यामागे धावलो पण त्यांचा वेग जास्त होता.इतक्यात नंदाचे वडील दगडात पाय अडकून पडले.पण मी मात्र त्यांचा पाठलाग करत राहिलो.ती माणसं आणि नंदा यांच्या ओरडण्याचे आवाज मला येत होते.काही वेळाने ते माझ्या दृष्टीस पडले. जे पाहिलं ते अद्भूत होतं.नंदा त्यांच्या हातून निसटली होती आणि त्यातल्याच एकाची तलवार घेऊन ती त्यांच्याशी लढत होती,एक क्षण असा आला की तिने त्या तलवारीने सर्वांना तात्काळ यमसदनी पाठवले.त्या आठ वर्षाच्या मुलीचा तो पराक्रम पाहून मी आवाक झालो.नंदा माझ्याजवळ आली व म्हणाली,"अतिथी, मुझे आपसे एक वचन चाहीये,जो अभी आपने देखा है वो आप किसीसे नही कहोगे."माझ्या तोंडातून तर शब्दच फुटत नव्हता आणि मी फक्त होकारार्थी मान डोलावली.इतक्यात आम्ही त्या ठिकाणाहून निघालो,समोरून नंदाचे वडीलही येताना दिसले आणि नंदाने त्यांना लगबगीने जाऊन मिठी मारली.वडिलांनीही नंदाची चौकशी केली व म्हणाले,"कैसी हो बिटिया?"त्यावर नंदा म्हणाली,"मै ठीक हूँ पिताजी!"वाटेत नंदाला वडिलांनी काय झाले विचारले असता नंदा काहीच बोलली नाही.आता आम्ही आमच्या छावणीजवळ येऊन पोहोचलो.

आजोबा आणि उद्धवही आता झोपले होते.मीही माझ्या जागेवर जाऊन झोपलो.काही वेळानी उद्धव अचानक झोपेतून जागा झाला व म्हणाला,"त्यांनी देवीला बांधून घेतले आहे.आता अनर्थ होणार". इतक्यात कुठून तरी एक दगड आमच्या छावणीवर पडला. त्या दगडाला एक कागद गुंडाळला होता. त्यात लिहिलं होतं,

बांध लिया है देवी को | करके मंत्र का आवाहन|

अब युद्ध दूर नही | होगा एक अंत का प्रारंभ|

है देवी अब बंधी हुई | प्रचंड शक्ती से समाई|

जब होगी शक्ती ये मुक्त | स्वयं काली होगी जागृत|

आजोबा तो कागद वाचून गंभीर झाले आणि उद्धवही आता आपल्या विद्येचा सराव करण्यासाठी सज्ज झाला.मी मात्र एका मोठया पेचात पडलो होतो,की ही आठ वर्षाची नंदा नक्की कोण आहे ?

इतके वाचून अवनीने वही ठेवली व आता त्या चौघांनीही कुलसारीच्या प्रवासासाठी मार्गक्रमण सुरू केले.

नंदकेसरी

अवनी कुलसारी येथे पोहोचली,ती आता वहीतला प्रवास प्रत्यक्ष अनुभवत होती.वहीत वर्णन केलेल्या घडामोडी तिला मंत्रमुग्ध करत होत्या.पण हे सर्व तिने तिच्याजवळ मनात दडवून ठेवलं होतं.वहीत वर्णन केलेल्या घटना फारच चमत्कारिक होत्या,तिला स्वतः लाही त्या वहीत जे काही लिहिलं आहे ह्यावर फारसा विश्वास बसला नव्हता पण त्या वहीत नमूद केलेल्या घटनांना ती पूर्णपणे दुर्लक्षितही करू शकत नव्हती. अशा परिस्थितीत रिचर्ड आणि निखिल ह्यांना तिला काय वाटतंय तेही तिला सांगता येईना,आपला कोणीतरी असा पूर्वज आहे ज्याने हे सर्व अनुभवलं आहे,आणि ह्या दिव्यातून तो वाचला व सुखरूप बाहेर आला आहे ही गोष्टच अवनीला विलक्षण आणि अनाकलनीय वाटत होती.आज त्यांचा मुक्काम कुलसारी येथे होता.मनोजने तेथे त्यांच्या राहण्याची सोय केली होती.नंतर ते सर्व जरा गावात फिरून आले आणि संध्याकाळी पुन्हा गप्पांचा डाव रंगला.मनोज हिमालयातल्या काही अगम्य गोष्टी सांगत होता.तेव्हा पुन्हा रुपकुंडचा विषय निघाला.मनोज सांगत होता, असं म्हणतात कि रुपकुंडला अजूनही त्या मृत व्यक्तींचे आत्मे

फिरतात.बऱ्याच लोकांनी तिथे विचित्र आवाज ऐकले आहेत.आजही मधेच कुणीतरी आपल्याला हाक मारत आहे असे जाणवते.लोकांच्या रडण्याचे, किंचाळण्याचे आवाज अजूनही येतात कधी कधी, असं स्थानिक लोकांचं म्हणणं आहे. आता अवनी जरा घाबरली.आणि हळूच निखिलच्या जवळ येऊन बसली.निखिललाही ती घाबरून आपल्याकडे आली हे कुठेतरी आवडलं होतं.गप्पा आणि जेवण झाल्यावर अवनी व निखिल चक्कर मारायला गेले.मधेच तिची चेष्टा करण्याच्या उद्देशाने तो दोन पावलं मागे राहिला व लहान मुलाच्या आवाजात ओरडला,"अवनी दीदी बचाओ, हम १२०० सालो से यहा है|"आणि अवनी घाबरली व जोरात ओरडून निखिलला बिलगली.निखिलसाठी तो क्षण अत्यानंदाचा होता, त्याने डोळे मिटून घेतले आणि अवनीला घट्ट मिठी मारली.पण लवकरच तो भानावर आला आणि जोरजोरात हसू लागला.त्याचं हसणं पाहून अवनीही आता भानावर आली.नकळत आपण निखिलला मिठी मारली आहे हे तिला कळले, आणि झटकन ती बाजूला झाली.म्हणाली,"किती दुष्ट आहेस रे तू माझा जीव चालला होता." आणि निखिलने लाडिक पणे विचारले."खरच !" मग मात्र अवनी काही बोलली नाही, फक्त स्मितहास्य केलं.आता दोघेही आपल्या खोलीत परत आले,आणि अवनीने पुन्हा वहीतल्या भूतकाळाची दारं उघडली...

आम्हाला आता पुढच्या प्रवासाची तयारी करायची होती आमचं पुढचं गंतव्य होतं नंदकेसरी गाव.नंदा देवीची डोली वाजत गाजत कुलसारीहून निघाली.काही यात्रेकरू भीतीने मागेच थांबले तर त्या गावातले काही लोक यात्रेत सामील झाले.नंदा देवी की जय !चौ सिंगा खाडु की जय! असा गजर झाला आणि डोली नंदकेसरी गावाच्या दिशेने निघाली.आता नंदाचे बाबा विमलकुमार आम्हाला सांगू लागले,"नंद केसरी ह्या गावाचा संबंध कृष्णाचे वडील नंद ह्यांच्याशी आहे.जेव्हा श्रीकृष्ण अवतारात राजा नंद ह्यांची मुलगी व श्रीकृष्ण ह्यांची अदलाबदली झाली त्यानंतर कंस तिलाही मारायला निघाला पण ती त्याच्या हातून निसटली आणि योगमायेच्या स्वरूपात त्याच्यासमोर प्रकट झाली.त्यावेळेस कंस राजाला त्याच्या मृत्यूने कधीच जन्म घेतला आहे असे सांगून आकाशमार्गाने तिने कैलास गमन केले.इथल्या

लोकांची अशी धारणा आहे की ती जेव्हा कैलास गमन करत होती त्या वेळी तिचे केस इथे पडले.नंद राजाची मुलगी म्हणून तिला नंदा संबोधण्यात आलं आणि तिचे केस ह्या भूमीवर पडले म्हणून ह्या भूमीला नंद केसरी नाव देण्यात आले.उत्तराखंड ची नंदा देवी हे ह्या योगमायेचेच रूप आहे,ती आदिशक्ती आहे."त्यावर मी त्यांना प्रश्न विचारला," जर ती आदिशक्ती आहे, तर तिला मंत्र शक्तीने बांधणं कसं शक्य आहे?"त्यावर विमलकुमार म्हटले,"बेटा, मंत्र हे स्वतः देव स्वरूप आहेत आणि ज्यावेळी देव मनुष्य योनीत जन्म घेतात त्यावेळी त्यांना मनुष्याचे प्रत्येक नियम लागू पडतात आणि म्हणून मूळ स्वरूप व त्या मूलस्वरूपचा अंशावतार ह्यात फरक आहे.अवतार हा नेहमी त्याच्या मूळ स्वरूपात विलीन होण्याच्या प्रयत्नात असतो, ह्या प्रयत्नात त्याला काही दैवी शक्ती प्राप्त होतात परंतु देह मनुष्याचा असल्याकारणानं त्या देहावर बंधने,मर्यादाही असतात.हिमालयात अनेक देवी देवतांच्या शक्ती जागृत आहेत.ह्याचे कारण जेव्हा एखादी दिव्य शक्ती जन्म घेते त्यावेळेस ती शक्ती रूपाने त्या ठिकाणी कायम स्थित होते.तिचा सूक्ष्म देह जरी मूलस्वरूपात विलीन झाला तरी त्या शक्ती तिथेच राहून सतत सृजनाच्या कार्यात सहभागी होत असतात.आणि म्हणून त्या त्या स्वरूपात जागृत असतात."

आता आम्ही नंद केसरीला येऊन पोहोचलो.आमच्या सर्वांच्या छावण्या,तंबू तिथे लागले व मी आणि उद्धव जरा फेरफटका मारण्यासाठी बाहेर पडलो.त्या गावातील नंदा देवीच्या मंदिरात जाताना आम्हाला वाटेवर माणिभद्र स्वामींची छावणी लागली आणि आम्ही राजाला नुकतेच आता शिरताना पाहीले.मणिभद्र स्वामींचा आवाज आमच्या कानांवर पडला"राजा, देवीला आपण बांधले आहे,पण तिला शांत ठेवण्यासाठी रक्ताचा अभिषेक करणं गरजेचं आहे,हो देवीला बळी द्यायचा आहे.आपण हे दिव्य काम करतो आहोत त्यामुळे तो पशूही दिव्य हवा."आणि राजा म्हणाला “म्हणजे...चौ सिंगाचा बळी द्यायचा! नाही नाही असं केलं तर गावातले लोक आपल्याला मारून टाकतील." इतक्यात माणिभद्र स्वामी म्हणाले,"राजा, जेव्हा उद्देश मोठा असतो तेव्हा अशा गोष्टींना घाबरायचं नसतं”.आम्ही मात्र त्या दोघांचे संभाषण ऐकून जागीच गोठून गेलो होतो.

अवनी आता इथेच थांबली व निद्रेच्या अधीन झाली. उद्या पुन्हा पुढचा प्रवास करायचा होता.

उद्धवचे स्वप्न

दिवस उजाडताच चौघेही नंद केसरीला जाण्यासाठी सज्ज झाले.कालच्या भूतांच्या गोष्टी आजही गाडीत रंगात आल्या होत्या,अवनी आता धीट झाली होती.निखिल मात्र शांत होता.काहीच बोलत नव्हता अन अवनीनेही त्याला काही विचारलं नाही. थोड्याच वेळात गाडी नंदकेसरी येथे येऊन पोहोचली आणि अवनी पुन्हा वहीच्या विश्वात रममाण झाली.एव्हाना दुपारचा एक वाजला होता. सर्व जण आपापल्या रूमवर गेले होते,आणि अवनीने पुन्हा वहीतले भूतकाळाचे पडदे उघडले.

आमची यात्रा आता नंद केसरीहून पूर्णा आणि फलदिया गावामार्गे मंडोली ह्या गावी येऊन पोहोचली.आता हिमालयाचं रूप आणखीनच अजस्त्र दिसत होतं.रस्ते आता वाहने नेण्यासाठी योग्य नव्हते. आता प्रवास पायी,खच्चर किंवा मेण्यानेच करावा लागणार होता.आम्ही सर्वांनी पायीच जायचे ठरवले.राजाचे १००-१२५ सैनिकही पायी चालले होते,आणि आम्ही पाहिले, की राणीच्या मेण्यासह आणखीन सहा-सात मेणे राजाच्या तुकडीत होते.राजा म्हणे आता इथे मोठा सोहळा करणार होता.आमचा रात्रीचा मुक्काम आज मंडोली ह्या गावीच होता.राजा आता तिथे नृत्याचा दरबार मांडणार होता.नंदा देवीच्या यात्रेत नृत्याचा दरबार हे त्या यात्रेच्या नियमांच्या विरोधात आहे.विमालकुमार म्हणाले,"मी स्वतः राजाला हे पाप करू नकोस असे सांगेन."आणि ते निघाले.त्यांनी राजाला सावध करण्याचा प्रयत्न केला.ते राजाला म्हणाले,"हे राजन ऐका! ही नंदादेवीची पवित्र यात्रा आहे.इथे तुमच्या शृंगाररसाचे काय बरं काम?इथे भक्तीरसात बुडून देवीची आराधना करणेच योग्य आहे."त्यावर राजा म्हणाला,"कोण रे तू?कुणाशी बोलतो आहेस भान ठेव! मी कलेचा उपासक आहे आणि कला ही नेहमीच देवतांना आकर्षित करत आली आहे, आम्ही हा नृत्य दरबार देवीला खुष

करण्यासाठीच आयोजित करत आहोत.चल चालता हो इथून!"आणि राजाने नृत्याचा घाट घातलाच.त्याच्या छावणी मध्ये,शृंगार रसात बुडालेले संगीताचे सूर ऐकू येऊ लागले आणि घुंगरांचे आवाज त्या सुरांना साथ देऊ लागले.आम्ही छावणीत डोकावून पाहिलं तेव्हा माणिभद्र स्वामी आणि राजा त्यांच्या आसनावर बसून त्या नृत्याचा रसास्वाद घेत होते.त्या नृत्यांगना म्हणजे जणू काही कामदेवाची अस्त्रच असल्याप्रमाणे आपलं नृत्य सादर करत होत्या. यात्रेतले काही लोकही त्या छावणीत दिसले.विमलकुमार हा सर्व प्रकार पाहून दुःखी झाले.नंदाने त्यांचा दुःखी चेहरा पाहिला आणि म्हणाली, "बाबा, आप चिंता मत करना. देवीही राजाको सबक सिखायेगी."पण उद्धवला आणि मला तर वेगळीच काळजी होती,ती म्हणजे चौ सिंगा खाडूची.तो सध्या नंदाच्या बाबांकडेच देखरेखीसाठी होता आणि आम्ही दोघे त्याच्यावरच नजर रोखून होतो.सुदैवाने त्याला आत्तापर्यंत काही झाले नाही.मांडोलीहून आता हिमालय आपले अक्राळविक्राळ रूप दाखवू लागला होता.कुठे हिमवर्षाव तर कुठे कानात घुमणारा वारा सतत आमची साथ देतच होता,आणि आम्ही मात्र त्यांच्या माऱ्यापासून वाचण्यासाठी आमचे केविलवाणे प्रयत्न करत होतो.आता आमचा पुढचा पडाव होता वाण गाव.रस्ता मोठा कठीण चढेचा होता.हिमालयाची बर्फाच्छादित हिमशिखरं आम्हाला वरूनच खुणावत होती.बाजूला गर्द घनदाट हिरवी झाडं होती.पर्वतीय जंगलातून आमचा यात्रेचा रस्ता जात होता,आणि मी विचार करू लागलो, खरोखर ह्या दुर्गम भागातील लोकांना एकमेकांच्या संपर्कात आणण्यासाठी नंदादेवी यात्रा ही किती सुंदर उपाययोजना आहे! ही राजजात यात्रा किती दूरवरच्या लोकांना एकत्र आणते.गढवाल आणि कुमाऊं नव्हे तर आमच्यासारखे लोकही भारताच्या कानाकोपऱ्यातून ह्या यात्रेसाठी येत आहेत खरंच देवा तू धन्य आहेस! असे मनाशीच म्हणून मी पुढचा रस्ता धरला.आता संध्याकाळचा प्रहर झाला होता,सूर्य नारायण अस्ताला गेला होता आणि आम्ही वाण गावात येऊन दाखल झालो. आता छावण्या उभारायलाही जागा नव्हती त्यामुळे सर्व यात्रेकरू तंबू ठोकूनच रात्रीची राहण्याची व्यवस्था करू लागले.मी आजोबा आणि उद्धव, आम्ही तंबू न ठोकता देवीच्या मंदिराजवळील पडवीतच रात्र घालवण्याचा विचार केला

आणि झोपायच्या तयारीला लागलो.पहाटेचा प्रहार असेल,उद्धव पुन्हा माझे नाव घेत झोपेतून ओरडत उठला.तो म्हणत होता,"जा नचिकेत जा! नंदाबरोबर जा!ऐक माझं, तुला आपल्या मैत्रीची शप्पथ आहे.जा नचिकेत जा!"

असे ओरडतच उद्धव उठला,आजोबांनी त्याला पाणी दिले आणि उद्धव शांत झाला.त्याच्या चेहऱ्यावर प्रसन्नतेचे भाव होते आणि त्याने स्मितहास्य करून माझ्याकडे पाहिले.

"अवनी...ए अवनी, चहा प्यायला येतेस ना !" निखिलच्या आवाजाने अवनी त्या वही वाचनातून बाहेर आली. थोडा वेळ डोळे मिटून शांत बसली, आणि पुन्हा एकदा निखिलचा आवाज ऐकला "अवनी, अगं ए अवनी येतेस ना"...

शक्ती

अवनी चहा पिण्यासाठी खाली आली,तिघांमध्ये मांडोलीहुन पुढचा प्रवास कसा करावा ह्यावर चर्चा चालू होती,अवनी म्हणाली, "hey guys what are you talking about?" त्यावर निखिलने तिला सांगितले,"अवनी, आता आपलं पुढचं ठिकाण मांडोली हे आहे,तिथून पुढे आपल्याला ट्रेक करावा लागेल,रणबीर सिंगची गाडी आता तिथून पुढे जाऊ शकत नाही,so are you ready for the trek?" निखिलने विचारले, "तुला ह्या आधी काही ट्रेकचा अनुभव?",त्यावर रिचर्ड म्हणाला, "Yes Yes, she used to go for trek in U.S near mount shashta." "oho! Is it" रणवीर सिंग म्हणाला,त्यापुढे निखिल म्हणाला,"माउंट शास्ता म्हणजे रूट चक्र ऑफ अर्थ",पुढे रिचर्ड म्हणाला, "येस, दे से सो"...अवनी,रणवीर सिंग दोघे निखिल आणि रीचर्डकडे आश्चर्यचकित होऊन पाहू लागले,निखिल अवनीकडे नजर रोखून पाहू लागला,अवनीचा पुरता गोंधळ उडाला होता.आता निखिल सांगू लागला "अग, माऊंट शास्ता हे पृथ्वीचे मूलाधार चक्र मानले जाते,आणि हा कुंडलिनी ऊर्जेच्या संदर्भातला उल्लेख आहे,कुंडलिनी हा शब्द ऐकून अवनी एकदम चमकली,तिने हा शब्द नाचिकेतच्या वहीत देखील वाचला होता,आता मात्र तिला राहवेना,आणि

तिने निखिलला विचारले, “निखिल, कुंडलिनी म्हणजे काय रे?” निखिल त्यावर म्हणाला, “कुंडलिनी शक्ती म्हणजे साक्षात त्या आदिशक्तीचा प्रत्येक जीवातला अंश आहे,आणि ती आदिशक्ती जेव्हा सहस्त्र चक्रातल्या शिवाला जाऊन मिळते तोच क्षण असतो मुक्तीचा.आणि असं म्हणतात की प्रत्येक इको सिस्टिममध्ये ही शक्ती आहे.जिथे गती आहे ,तिथे ती शक्ती आहे.पृथ्वीही त्या परब्रह्मची एक निर्मिती आहे, तिलाही आत्मा आहे,तिलाही देह आहे,आणि म्हणून तिच्यातही ती शक्ती आहे,आणि काही तज्ञ लोकांच्या मते माऊंट शास्ता हे पृथ्वीचे मूलाधार चक्र आहे,आणि कैलास पर्वत हे सहस्त्रार चक्र.” अवनीला ह्या सर्वांचे कुतूहल वाटले अन तिच्या लक्षात आलं, नचिकेतच्या वहीमध्ये नक्कीच कुंडलिनीचा संदर्भ होता.त्यावर तिने लगेच प्रश्न केला,“निखिल,कुंडलिनीचा आणि ब्रह्मज्ञानाचा काही संबंध आहे का रे?”,त्यावर निखिल म्हणाला,“हो तर,नक्कीच आहे”,रिचर्ड म्हणाला, “Avani, every type of yoga is related to kundalini activation,if your kundalini is active then it is easy for you to understand the brahm” अवनी हे रीचर्डकडून ऐकून आवक झाली,रिचर्डला ह्या विषयी बरीच माहिती आहे हे मात्र अवनीला माहीत नव्हते,आता मनोज म्हणाला, “ही नंदादेवीची यात्रा ही एक भौतिक रूपातील शक्तीचे शिवाशी मिलन आहे,आणि सामील झालेला प्रत्येक यात्रेकरू हा भक्तियोगाच्या मार्गाने आपल्यातली शक्ती पणाला लावून शिवाशी एकरूप होऊ पाहतो, आणि शक्ती हा सर्व प्रवास मनुष्य देहाने करते,आपल्या प्रवासात सतत आपल्याबरोबर असते म्हणूनच ती आई आहे”मनोजचं हे बोलणं ऐकून अवनी भारावून गेली, गप्पा मारत मारता जेवणाची वेळ झाली, सगळ्यांनी जेवणं आटपली आणि पुन्हा आपापल्या खोलीत आराम करायला गेले.

अवनी पुन्हा वहीच्यामार्फत १२०० वर्षांपूर्वी घडलेल्या भूतकाळात डोकावू लागली.

नचिकेत माझं नाव घेऊन उठला तो प्रसंग मला एकदम रुद्र प्रयाग येथे ध्यानात आलेल्या अनुभवात घेऊन गेला, त्या ध्यानात मी नंदाला पाहिलं होतं,ती मला तिच्याजवळ येण्याची खूण करत होती,मी उद्धवला त्या संदर्भात

विचारलंही आणि उद्धव म्हणाला, "मित्रा तुला लवकरच कळेल ,पण मी तुझ्यासाठी आनंदी आहे",हे सर्व उद्धवचं वागणं मला कोड्यात टाकणारं होतं.आता आम्ही सकाळी वाण गावातील नदीवर स्नानसंध्येसाठी गेलो. पहाटेचा गारवा,आणि आकाशातला चंद्र दोघेही मनाला भुरळ पडणारे होते.मी आणि उद्धव नदीत उतरलो,पाणी बर्फासारखं गार होतं,आणि मी पाण्यात पाय टाकताच उडालो,त्यावर उद्धवने काही तरी मंत्र म्हटले आणि कोण आश्चर्य! मला त्या पाण्याचा अजिबात त्रास झाला नाही,हर हर गंगे म्हणत आम्ही दोघांनीही पाण्यात डुबकी मारली, पण बाहेर येताना त्या पाण्यात आमच्याबरोबर आणखीन एक व्यक्ती बाहेर आली.... ती गर्जना करत होती, बम भोले, कैसी ये तेरी लीला,नाटक रचा ये कैसा अनोखा...

मग आमच्याकडे पाहून म्हणाला,कहा था मैने...कहा था |

एक एक मोती बिखरेगा ऐसा तुफान आयेगा |

ए माता के भोले भगत,जान ले जरा अपनोकि हकीकत|

माता रहेगी तेरे साथ, जब अंत की घडी होगी पास |

तू धीरज राखना ए अनोखे बालक,
तेरेही लोग होंगे तुझंसे अलग|
सिर्फ एक जीव ऐसा अद्भुत होगा,
जो ऊन क्षणो का साक्षी होगा|
होसला रख ए माता के भगत,
ब्रह्मज्ञान का है ये पथ|
कहे बटुकनाथ महायोगी,ये कैसी लीला नंदा तुने राचाई|

इतकी वाक्य पद्यात बोलून तो उद्धवजवळ आला, त्याच्या हाताकडे बघत म्हणाला...

कहा गयी वो निशानी, जो देकर गयी यक्षिणी|

आणि उद्धव एकदम चमकला,निळावंतीने दिलेली अंगठी त्याला कुठेच दिसत नव्हती...

हे सर्व वाचता वाचता अवनीला कधी झोप लागली हे तिलाही कळलं नाही.

हिम-मानव

सकाळ झाली. अवनी आणि इतरांचा चहा व सकाळचे सोपस्कार आटपले आणि चौघांची स्वारी आता मांडोली गावात येऊन पोहोचली, इथून पुढे त्यांचा ट्रेक सुरू होणार होता,आता आपण हिमालयात प्रवास करत आहोत ह्याची तिला जाणीव झाली. घनदाट जंगल आणि वरून होणारा बर्फ वर्षाव डोळ्यांना सुख देणारा होता, पण पायाला मात्र थकवणारा होता.एक रात्र त्यांनी मांडोली गावातच राहायचे ठरवले,आणि अवनीला आज वही वाचूनच पूर्ण करायची होती कारण आता पुढे वीज नव्हती.टेंटमध्ये राहण्याची व्यवस्था रणवीर सिंगने केली होती. जेवणानंतर अवनी तडक वही वाचण्यासाठी आपल्या खोलीत आली,आणि भूतकाळाची पाने पालटू लागली,

आम्ही आता वाण गावावरून निघालो.आज उद्धव थोडा गोंधळलेला वाटला,म्हणून आज मी त्याच्याशी बोलायचं ठरवलं होतं.यात्रेदरम्यान त्याच्या असामान्यपणामुळे आमच्यातली निखळ मैत्री कुठे तरी हरवली होती, पण आज पुन्हा मी त्याचं असामान्यत्व बाजूला ठेऊन त्याच्याशी बोलायचं ठरवलं होतं. मी म्हणालो, "उद्धव,काय झालं सांगशील का ?" त्यावर उद्धव म्हणाला, "अरे, तो बटुकनाथ काय म्हणाला,"जान ले जरा अपनो की हकीकत" ह्या ओळीचा अर्थ काही मला लागला नाही, आणि हो ती निळावंतीने मला दिलेली अंगठीही कुठे दिसत नाही",त्यावर मी विचारलं, "असं काय आहे त्या अंगठीत,की तू इतका अस्वस्थ झाला आहेस?",त्यावर तो म्हणाला,"मित्रा, ती निळावंतीने दिलेली अंगठी होती. जी कोणी ती अंगठी परिधान करेल त्याला प्राणी वशीभूत होतील आणि मला आता अशी शंका येते आहे की पंडित गिरजाशंकर आणि महंत दीक्षित ह्यांचा मृत्यू एकाच

व्यक्तीने केला आहे,आणि त्याच व्यक्तीकडे माझी अंगठी देखील आहे,तुला आठवतं, पंडित गिरजाशंकर यांचा मृत्यू एका जनावरांच्या हल्ल्याने झाला तसेच महंतांचा मृत्यू सर्पदंशाने झाला,ह्याचा अर्थ त्या व्यक्तीने माझ्या अंगाठीचा वापर करून त्या प्राण्यांना वशीभूत करून हे मृत्यू घडवून आणले आहेत,आपल्याला लवकरात लवकर त्या अंगठीचा शोध घेणे गरजेचे आहे",तेवढ्यात मी म्हटले "अरे मी गणेश आजोबां जवळ एक वेगळीच अंगठी बघितली होती,कदाचित तीच तर नसेल?",त्यावर उद्धव म्हणाला "काय ? गणेश आजोबांजवळ?कसं शक्य आहे?"त्यावर मी त्याला म्हटलं, "अरे एकदा विचारून तर बघ",आणि उद्धवने लगेच आजोबांना विचारले,आजोबा म्हणाले,"हो अरे ती अंगठी माझ्याकडेच आहे,त्यादिवशी मला महंतांच्या मृतदेहाजवळ दिसली,ती त्यांची वाटली नाही म्हणून मी ती माझ्याजवळ ठेवली,त्यावर उद्धव म्हणाला "आजोबा, ती अंगठी माझी आहे,कृपया मला ती द्या",आणि आजोबांनी लगेच ती अंगठी उद्धवला दिली,उद्धव ती अंगठी घेऊन पुन्हा माझ्याकडे आला व मला ती अंगठी दाखवली,आणि आजोबांना ती कशी सापडली तेही त्याने सांगितलं.आता पर्वतारोहण करता करता रात्र झाली होती,त्यामुळे त्या बर्फाच्छादित जंगलातच आम्ही तंबूमध्ये रात्र काढायची ठरवली,सर्व यात्रेकरू आपापल्या तंबूमध्ये निजले होते.मी,आजोबा व उद्धव एका तंबूमध्ये होतो,अचानक मी उद्धवला झोपेतून उठलेला पहिला,तो तडक तंबूमधून बाहेर पडला.त्या काळोख्या रात्री,त्या बर्फाच्छादित गर्द जंगलातून उद्धव कुठे बरं जात असेल?असा मला प्रश्न पडला.तो कोणत्या संकटात तर पडणार नाही ना ह्याची मला काळजी वाटली आणि मी त्याच्या मागे जायचे ठरवले. उद्धव जंगलातल्या पायवाटेवरून कुठे तरी जात आहे असे दिसले,आणि मी पण दहा पावले राखून त्याच्या मागे चालू लागलो,काही अंतर थांबल्यावर मात्र उद्धव थांबला. समोरून एक भली मोठी पांढरी शुभ्र आकृती येताना दिसली,मग जे पाहीलं ते विस्मयकारक होतं.ती आकृती एका अक्राळविक्राळ राक्षसासारखी दिसत होती,अंग पूर्ण पांढऱ्या शुभ्र केसांनी आच्छादलेलं होतं,आवाज घोगरा होता,उद्धव एका हिममानवासमोर उभा होता,त्याने उद्धवला जवळ बोलावले,तो उद्धवशी कोणत्या भाषेत बोलत होता कोण

जाणे,पण उद्धवलाही ती भाषा कळत होती,आणि मी तिथेच एका झाडाच्या आड उभा राहून तो सर्व प्रकार पाहू लागलो,उद्धव आणि त्याच्यात काही तरी चर्चा झाली,आणि उद्धवने त्याला काही क्षणात निरोप दिला.जाता जाता उद्धव मी ज्या झाडाजवळ अडून बसलो होतो तिथे थांबला व मला हाक मारली,मला म्हणाला,"नचिकेत मला माहित आहे तू इथे आहेस,कृपया समोर ये"....

साक्षीदार

उद्धवच्या आवाजाने मी भानावर आलो, जे पाहिलं ते अविश्वसनीय होतं,पण उद्धवच्या काळजीपोटी मी तिथे होतो आणि त्यालाही माझ्या उद्देशाची पूर्ण कल्पना होती,त्यामुळे मी समोर आल्यावर त्याने मला आलिंगन दिले, आणि म्हणाला, "मित्रा, आज मी तुला एक रहस्य सांगणार आहे,जे हिम मानवाने मला सांगितलं आहे,मी झोपेत असताना निळावंतीच्या आदेशानुसार हिम मानवाने मला साद घातली,तिच्या कृपेने आता मला सर्व प्राण्यांच्या भाषा अवगत झाल्या आहेत,माझ्या ब्रह्म ज्ञानाची भूक मला ह्या जन्मात घेऊन आली आहे,आणि त्यासाठी माझा मृत्यू ह्या संग्रामात होणं अटळ आहे,केवळ माझाच नाही तर आपल्याबरोबर इतर यात्रेकरूंचा मृत्यूही लवकरच होणार आहे,ती पौर्णिमेची रात्र असेल, चंद्र पूर्ण कलेने आकाशात विराजमान असेल आणि तो नर संहार घडेल, पण ह्या सर्व गोष्टींचा तू एकमेव साक्षीदार असशील,हो...तू वाचशील, साक्षात भगवती तुला वाचवेल...त्या हिम मानवाने आणखीन एक गोष्ट सांगितली ती गोष्ट मात्र मला स्वस्थ बसू देत नाही, ती म्हणजे बलदेव...मी उद्धवला विचारलं, "बलदेवचं काय ?" त्याला दाहक सूर्य विद्या अवगत आहे व राजाला जल आरोहण विद्या आणि ते दोघेही माझ्या विरोधात असणार आहेत, दोन महाऊर्जा एका ऊर्जेच्या विरोधात, आणि हिम मानवाने आणखीन एक सांगितले की, बलदेवशी माझे काही तरी घनिष्ट संबंध आहेत,मी तर अजून त्याला पाहीलंदेखील नाही, आणि तरीही माझे घनिष्ठ संबंध हे काही मला कळत नाही,पण तीच माझी खरी कसोटीची वेळ असेल एवढं मात्र नक्की, माझी खात्री आहे तूझे मित्र प्रेम मला त्यातून तारून नेईलच",आता मला आणखीन एक प्रश्न उद्धवला

विचारावासा वाटला, आणि मी विचारला ,"काय रे उद्धव, तुझं नंदा बद्दल काय मत आहे?", "ती एक शुद्ध आत्मा आहे,आणि तिचीही ह्या संग्रामात विशेष भूमिका आहे,आत्ता मी तुला एवढेच सांगू शकतो."

चालता चालता आम्ही बरेच लांब आलो होतो,आम्ही तंबूजवळ आल्यावर आम्हाला ते जाणवलं,पाहिलं तर तंबूजवळ एकच कल्लोळ माजला होता,आणि नंदाचे वडील रडताना दिसत होते,विचारलं असता समजलं की नंदादेवीचा खाडु हरवला आहे. बातमी आता राजापर्यंतही पोहचली होती, तोही तिथे आला, आणि त्याने नंदाच्या वडिलांना आश्वस्त केले,काळजी करू नका आपण शोधून काढू,मी माझ्या सैन्यातील चार सैनिक तुमच्याबरोबर पाठवतो,जा तुम्ही त्याला ह्या जंगलात शोधा, कुठेतरी भरकटला असेल....तुम्ही त्याचा शोध घेत बेदनी बुग्यल येथे आम्हास भेटा.आता ही राजाज्ञा झाल्याबरोबर नंदाचे वडील चार सैनिकांसह त्या चौसिंगा खाडूला शोधण्यासाठी गेले,नंदा आता आमच्याबरोबर चालत होती,आणि आम्ही गरोली पाताल ह्या जागी येऊन पोहोचलो.थोडी विश्रांती घेऊन पुन्हा पुढचा रस्ता धरला आणि रात्रीच्या प्रहरी आम्ही बेदनी बुग्याल येथे येऊन पोहोचलो.ती जागा म्हणजे अक्षरशःस्वर्ग होती,ढगसुद्धा आमच्या बरोबर चालले होते,तो सपाट प्रदेश बर्फाच्या चादरीने झाकला गेला होता, रात्रीच्या अंधारात तो बर्फ अधिकच चमकत होता\,आम्ही आजची रात्र तिथेच घालवण्याचा निर्णय घेतला आणि आमचे तंबू ठोकले.अजून तरी चार सौनिक आणि नंदाचे बाबा विमालकुमार आले नव्हते,आणि म्हणून आम्ही सकाळपर्यंत त्यांची वाट पाहण्याचा निर्णय घेतला.

दुसऱ्या दिवशी पहाटे नंदा अचानक ओरडली...बाबा ! आणि तडक तंबूबाहेर निघाली, आम्ही तिला अडवले पण ती थांबायला तयार होईना. इतक्यात समोरून फक्त राजाचे सैनिक येताना दिसले,त्यांच्या हातात खाडूचा मृतदेह दिसला.नंदाचे बाबा मात्र तिथे त्यांच्याबरोबर नव्हते , सैनिकांकडे विचारपूस केली असता समजले की खाडूला शोधताना एका दरीत कोसळून नंदाच्या वडिलांचा मृत्यू झाला आणि त्यानंतर आम्हाला हा खाडू रस्त्यात मेलेला सापडला,आणि आम्ही त्याला घेऊन आलो.आता मात्र त्या आठ वर्षाच्या मुलीचा संयम सुटला आणि ती पळत पळत राजाच्या तंबूत

गेली,आणि म्हणाली, “हे राजन, आता तुझा अंतिम प्रवास सुरु झाला आहे!”,तिच्या डोळ्यातली चमक माणिभद्र स्वामींना भेदत होती,आणि राजाला आव्हान देत होती....

आणि नंदा गरजली,”हे लाटू देवते मदतीला ये...आता राजा उन्मत्त झाला आहे आणि त्याने सर्व सीमा पार केल्या आहेत”,त्या क्षणी आकाशात विजांचा कडकडाट झाला,आणि हिमालयात जलवर्षाव सूरु झाला,हिमनग कोसळू लागले, आणि राजाने माणिभद्र स्वामींकडे धाव घेतली, त्यावर माणिभद्र स्वामी म्हणाले, “राजा, तुला दिलेल्या विद्येचा वापर कर,जल आरोहण विद्येने हे अवकाशातून आलेले जल पुन्हा वर चढव”,आणि काय आश्चर्य!, राजाने मंत्र सुरू करताच त्या जल वर्षावाने उलट रस्ता धरला व त्या जलधारा जमिनीवरून उचलल्या जाऊ लागल्या,आणि पून्हा ढगात समाविष्ट झाल्या.हा प्रकार पाहून आजोबा पुरते घाबरले आणि त्यांच्या हट्टापायी ते आम्हाला तिघांना पुन्हा माघारी घेऊन आले आणि त्यांनी सांगितले, “मुलांनो, ही वेळ नाही राजाशी सामना करण्याची ,योग्य वेळ आली की आपण त्याचा सामना करूच ,पण आत्ता माघारी फिरा” आम्ही नंदालाही माघारी घेऊन गेलो, आणि तो सर्व प्रकार क्षणात शांत झाला. आता आम्ही पुन्हा एकदा प्रवासाला सुरुवात केली, आणि बेदनी बुग्यालच्या सीमेपर्यंत पोहचलो.रात्र झाली होती,आणि आम्ही राजाच्या सैन्यासह तिथेच ठाण मांडले.राजाने आपल्या विद्येच्या यशस्वी प्रयोगाचा उत्सव साजरा करण्याचे ठरवले,आणि तिथल्या तीन नृत्यांगनांना नृत्य करण्याची आज्ञा दिली.जल्लोष सुरू झाला,मादक नृत्य पुन्हा सुरू झालं,राजाच्या हातातला मदीरेचा प्याला पूर्ण भरला होता, आणि राजा पुन्हा शृंगार रसाच्या अधीन झाला. आता मात्र नंदाला हा सर्व प्रकार पाहवत नव्हता,आणि ती जवळच्याच एका दगडावर बसून ध्यानस्त झाली,ती काहीतरी मंत्र पुटपुटत होती आणि आकाशात एक आकृती जन्म घेत होती.हे दृश्य पाहून मात्र माझी खात्री झाली की आता अंतिम प्रवास सुरु झाला आहे...

पाथर नचौनी रहस्य

छोटी नंदा आता त्या दगडावर उभी राहून त्या आकाशात साकारणाऱ्या आकृतीकडे पाहू लागली,ती त्या आकृतीला म्हणू लागली, "हे लाटू देवता, तू ह्या जागेचा क्षेत्रपाल आहेस,तुला हे सर्व कसं पाहवत आहे?, तू दिलेल्या वचनाप्रमाणे आता मी तुझे आवाहन करत आहे.,राजाला आता धडा शिकवण्याची गरज आहे,कृपया तुझ्या अधीन असलेल्या शक्तींचे आवाहन कर,आणि दिलेला शब्द पाळ" मी आजोबा,नचिकेत आणि इतर यात्रेकरू हा सर्व प्रकार डोळे विस्फारून पाहत होतो. माझ्यासाठी ह्या सर्व गोष्टी अनाकलनीय होत्या, आणि मी मंत्रमुग्ध होऊन सर्व काही पाहात होतो,त्या आकाशातल्या आकृतीने नंदाकडे पाहिले व प्रणाम केला...इतक्यात भवानी शंकर जे लाटू देवतेचे पुजारी होते,त्यांच्या शरीरात लाटू देवाचा आविष्कार झाला,आणि ते त्याच ऊर्जेच्या वलयात राजाच्या तंबूमध्ये जिथे राजा मदमस्त होऊन नृत्याचा आस्वाद घेत होता,तिथे आले आणि म्हणाले,'राजन तुझी यात्रा होमकुंडपर्यंत पोहचणार नाही,प्रकृती तिचे विक्राळ असे रूप लवकरच दाखवील आणि तुझ्या सैन्यासह सर्व जण अस्थिपंजर होतील"....

राजा नशेच्या धुंदीतच होता,आणि त्याने सेवेकऱ्यांना आज्ञा केली, "ह्या वेड्याला बाजूला करा,मला नृत्याचा आस्वाद घेऊ दे",आता भवानी शंकर त्या नृत्यांगनांना उद्देशून म्हणाले, "आत्ताच्या आत्ता हे नृत्य बंद करा नाहीतर परिणाम वाईट होतील",इतक्यात राजाने त्या नृत्यांगनांना आज्ञा केली, "जर तुमचे पाय थांबले तर तुमचा त्यावेळेचा श्वास हा शेवटचा श्वास असेल"....आणि नृत्य चालूच राहिले.

पुजारी भवानी शंकर आता लाटू देवतेच्या अविष्कारात रागाने लाल बुंद झाले होते आणि आकाशाकडे डोळे लावून म्हटले, "हे आकाशस्थित शक्तींनो राजावर कहर बरसू दे" आणि तत्क्षणी विद्युतलतेच्या तीन शलाका राजाच्या तंबूमध्ये नृत्य करणाऱ्या त्या तीन नृत्यांगनांवर पडल्या व त्यांचे दगडात रूपांतर होऊन त्या शिळा जमिनीत धसल्या..... राजाचा तंबू जळून खाक झाला आणि राजा व मणीभद्र स्वामी कसेबसे तंबूमधून बाहेर पडले.

राजा बाहेर आल्यावर भवानी शंकर ह्याच्या मधील अविष्काराला उद्देशून म्हणाला,"तू जो कोणी आहेस, ह्याचे परिणाम वाईट होतील, तुला नरकयातना भोगायला लावीन मी!" आणि राजा त्या क्षणीच राणीचा मेणा व इतर सैन्य घेऊन पुढे रुपकुंडच्या दिशेने निघाला....

राजाच्या सैन्याला रुपकुंडच्या दिशेने जाताना पाहून उद्धव उदगरला "आता आपले शेवटचे गंतव्य येईल "रुपकुंड"तेथेच घनघोर अघोरी शक्तींचे युद्ध होईल.आपण आता रुपकुंडच्या पुढे नाही जाऊ शकणार..नचिकेत तो पहा चंद्रही उद्या पूर्ण कलेनी उदित होईल.उद्याचा चंद्र हा महानील चंद्र असेल.जो माझी मुक्ती घेऊन येईल"

हे सर्व ऐकून आणि पाहून गणेश आजोबा कासावीस झाले आणि त्या रात्रीच आम्हाला न सांगता कुठेतरी निघून गेले...

✳

स्मशान तारा

आम्ही आजोबांना शोधण्याचा खूप प्रयत्न केला पण ते सापडले नाहीत. उद्धवची तर अवस्था आता पाहवत नव्हती,आजोबांच्या जाण्याने तो एकटा पडला होता,आणि पुन्हा एकदा अबोल झाला होता.

लाटू देवतेने ताबा घेतलेले पुजारी भवानी शंकर अजून त्याच अवस्थेत होते,इथे राजा व माणिभद्र स्वामी पुढे जाऊन कुठले तरी अनुष्ठान करू लागले,आणि बांधून घेतलेल्या नंदा देवीच्या शक्तींना आवाहन करू लागले. शक्तीलाच शक्तीविरुद्ध उभे करण्याचा त्यांचा मानस होता. मंत्राच्या अधीन असलेल्या नंदादेवीची अस्थिर ऊर्जा त्या अनुष्ठानाने उस्फुर्त झाली,आणि ती ऊर्जा वापरून माणिभद्र स्वामींनी दशमहा विद्येतील तारा शक्तीचे आवाहन केले आणि आकाशात मेघ दाटुन आले.चंद्र ढगांच्या आड कधीच लपला होता.आता किंचाळण्याचे व ओरडण्याचे आवाज आमच्या कानावर पडत होते,राजाने व माणिभद्र स्वामींनी बांधून ठेवलेली नंदा देवीची शक्ती आता आकार घेत होती,विजांचा कडकडाट अजून तसाच सुरु होता,आणि एक जोरात किंचाळण्याचा आवाज पुन्हा आमच्या कानावर आला! स्मशान तारेचे भव्य रूप आम्हाला आकाशात साकार होताना दिसले,आणि रक्ताचे

बिंदू आमच्या चेहऱ्यावर बरसले हो! ती आकाशस्थ स्मशान तारा, आकाशातून रक्त वर्षाव करत होती,अघोरी विद्येचं ते विभत्स रूप आम्ही त्या दिवशी पाहीलं होतं! शुभ शक्तींना मंत्राच्या आधारे वशीभूत करवून निसर्ग चक्रात हस्तक्षेप केला जात होता,निरागस लोकांना घाबरवण्याचे काम सुरू होते.हे सर्व दृष्य मी आधीही कुठे तरी पाहिल्यासारखे वाटत होते,आणि अचानक आठवलं, उद्धवने हरिद्वारच्या आश्रमात चित्रित केलेला प्रसंग हाच होता,राजाच्या तुकडीतले ब्राह्मण माणिभद्र स्वामींच्या नेतृत्वाखाली आता वेदमंत्र सोडून अघोर तंत्रातले मंत्र म्हणत होते,त्यांच्या अशा वागण्याची कीव येत होती,कारण ते सर्व एवढं होऊनही राजाच्या बाजूने उभे होते.द्रव्य लालसा आणि राजाचे भय या दोन्हीही गोष्टी त्यांच्या तसे वागण्याचे कारण होत्या.ते पाहून तर उद्धवचा संयम सुटला आणि आता त्याला अडवणारंही तिथे कुणी नव्हतं. उद्धवने त्या ब्राह्मणांना जाऊन सांगितले,"हे धर्मपंडितांनो, राजाच्या भयापोटी आणि द्रव्य लालसे पायी आपण हे काय करत आहात?,आत्ताच्या आत्ता हा प्रकार थांबवा आणि देवीला शांत करण्याची उपाययोजना करा"पण तिथे त्या दहा वर्षाच्या मुलाचं ऐकणारं कुणीच नव्हतं, अधिकारी गुरू कधीच काळाच्या पडद्याआड गेले होते.वर स्मशान ताऱ्यांचे रक्त वर्षाव सुरूच होते,लाटू देवतेच्या वशीभूत असलेले पुजारी भवानी शंकरही काही करू शकत नव्हते,साक्षात तारा स्वरूप प्रकटल्यावर तेही एका दगडावर त्याच अवस्थेत शांत बसून हे सर्व पाहत होते.आता उद्धव राजाला उद्देशून म्हणाला, "हे राजन,आता तुझा मृत्यू जवळ आला आहे,मला माहित आहे की तुला जल आरोहण विद्या अवगत आहे,पण एक लक्षात ठेव, मी ही शीतल चंद्र विद्येचे प्रशिक्षण घेतले आहे,त्यामुळे आत्ताच सावध हो"त्यावर राजा राक्षसी हास्य करून म्हणाला,"हा हा हा! शीतल चंद्र विद्या !,कुठे आहे तुझा चंद्र, जो तुला ह्या विद्येसाठी ऊर्जा देईल?जोपर्यंत ढगाआड लपलेला चंद्र पुन्हा उदित होईल,तोपर्यंत मी लाटू देवतेचे अस्तित्व नष्ट करून टाकेन,हा हा हा!"माणिभद्र स्वामींनी त्याचवेळी उद्धवकडे पाहिले आणि त्यांनी राजाला सांगितले, "राजा, ह्या बालकाला अवश्य शीतल चंद्र विद्या अवगत आहे,परंतु त्याला पूर्णत्व मिळालेले नाही,उद्याचा चंद्र हा महानील चंद्र आहे,तेव्हाच ह्याला चंद्रापासून मिळणाऱ्या ऊर्जेने ह्याची विद्या सिद्ध

होईल".त्यावर राजा जसधवल गुरुजींना म्हणाला, "गुरुजी, काळजी नसावी, आपल्याबरोबर बलदेवही आहे,ज्याला दाहक सूर्य विद्या अवगत आहे,त्यासमोर ह्याची अर्धवट शीतल चंद्र विद्या काय काम करणार?"इतके बोलून राजा उद्धवला पाहून म्हणाला,"जा मुला, तुला जे करायचं आहे ते कर,तू जोपर्यंत विद्येचा वापर करण्यासाठी आसन घेशील, तोपर्यंत मी मंत्र शक्तीने बांधलेली ही तारा शक्ती सगळं काही नष्ट करेलं....हा हा हा!"

स्मशान तारेचा अजून आकाशातला रक्त वर्षाव सुरूच होता,देवीला कसं शांत करावं हे कोणालाही कळत नव्हतं,आणि सर्व शांत स्तब्ध झाले,नंदाही तिथे भवानी शंकरासोबत होती,त्यामुळे तिलाही त्यावेळी काही करता आले नाही,आणि आम्ही फक्त प्रार्थना करू लागलो, "हे नंदा देवी, हे विघ्न दूर कर,तुझे हे रूप कसे शांत होईल,मार्ग दाखव" आणि आम्ही श्रद्धेने डोळे मिटले.इतक्यात आमच्या कानावर आवाज आला.'अलख निरंजन, अलख निरंजन !'

कालु विनायक

'अलख निरंजन !' असा आम्ही आवाज ऐकला,आणि बटुकनाथाच्या येण्याची चाहूल लागली.बटुकनाथ आपल्याच धुंदीत होता,आणि उद्धवकडे येऊन म्हणाला,

माता हो गयी अस्थीर, बरस रहा रक्त सा निर |

अब है एक ही समाधान,करो पुत्र का आवाहान |

होगा ये महा विघ्न नष्ट,जब होंगे विघ्न हर्ता प्रकट |

करो उनकी प्रार्थना ,जिन्हे है प्रथम पूज्य है माना|

आएंगे जब गजानन, होगा माँ का चित्तअग्नी शमन |

तो जे सांगत होता ते उद्धवला लगेच समजले.त्यानंतर बटुकनाथने उद्धवच्या कानात एक मंत्र सांगितला आणि उद्धवने त्या मंत्रासह श्री गणेशाचे आवाहन सुरू केले.मातेला शांत करण्यासाठी आता विघ्नहर्ता, तिचा पुत्र श्री गणेशाचे आवाहन केले जात होते ,मंत्र मोठा प्रभावी होता ,मंत्र म्हणून उद्धवने

एका पाषाणावर पाणी प्रक्षालन केले ,आणि काय आश्चर्य! त्या पाषाणातून डोळे दिपवणारा प्रकाश उत्सर्जित होऊ लागला,आणि पाहता पाहता तो प्रकाश आसमंत भेदू लागला.आता त्या प्रकाशानेही बालरूप गणेशाचा आकार धारण केला,आणि स्मशान तारेसमोर उभा ठाकला,आणि जे पाहीलं ते अकल्पित होतं. स्मशान तारेचा किंचाळण्याचा आवाज एका क्षणात शांत झाला,तो काळा धुरकट आकार हळू हळू विरळ होत होता,रक्त वर्षाव थांबला होता, त्या गणेशाच्या आकाराने जणू काही ती सर्व आकृती आणि तिची ऊर्जा आपल्यात सामावून घेतली होती. पुन्हा तो दिव्य प्रकाश त्या पाषाणातच विरून गेला,आणि त्यानंतर त्या दगडात श्री गणेशाचा आकार साकार झाला.सर्व यात्रेकरू हे पाहून थक्क झाले,आणि बटुकनाथ जोरात गर्जना करू लागले,‘कालू विनायक की जय हो !, कालू विनायक की जय हो !धुम्रवर्ण गणेश की जय हो !’ आम्ही व सर्व यात्रेकरूंनीही आता हा जय जय कार करायला सुरुवात केली.जे झालं ते राजा आणि माणिभद्र स्वामी यांच्यासाठीही धक्कादायक होतं, आणि आता बटुकनाथाने सगळ्या यात्रेकरूंना उद्देशून बोलायला सुरुवात केली,

“अभी यहा से लौट जाओ, आगे बच नहीं पाओगे”राजा हे ऐकून क्रोधीत झाला,आणि सर्वांना उद्देशून म्हणाला “अगर आप मे से कोई भी पिछे रहे गया तो भी वो बच नही पायेगा,मै सबकुछ नष्ट कर सकता हू,हिमालयको समुद्र मे परावर्तित कर सकता हूं, अगर आपको देखना है कैसे तो जरुर लौट जाओ,पर जो मेरे साथ आयेगा उसको मै अभय दान दे सकता हू”.राजा इतके बोलून शांत झाला आणि त्याने त्याच्या सैन्यासह, राणी व माणिभद्र स्वामी तसेच, त्या ब्राह्मणांच्या तुकडीसह पुढे जाण्याचा निर्णय घेतला.आता नंदा देवीची डोलीही त्याने स्वतःच्या ताब्यात घेतली होती,आणि तो सैनिकांसह चालता झाला.

चतुर्दशीच्या संपूर्ण रात्री आम्ही व इतर यात्रेकरूंनी ते शक्तीचे प्रचंड तांडव अनुभवले होते,आता काही यात्रेकरू बटुकनाथच्या संदेशानुसार राजाची तमा न बाळगता मागेच राहिले, मूर्ख आणि चिडक्या राजाला त्याचा प्रचंड राग आला आणि पुढच्या गंतव्यावर जाऊन ह्या लोकांना धडा शिकवू अशी मनीषा बाळगून राजा पुढे चालु लागला.मी ,उद्धव, नंदा, भवानीशंकर,

आणि आता बटुकनाथ, आम्ही पुढे जायचे ठरवले.राजा आता काय करेल हे पाहून आम्हाला पुढे येणारे संकट टाळायचे होते,आणि त्याचा सामना ही करायचा होता,अर्थात माझ्याकडे त्या दिव्य शक्तींना सामोरे जाण्यासाठीची विशेष शक्ती नव्हती,पण हो, उद्धवप्रती असलेले मित्रप्रेम आणि आता यात्रेतील लोकांसाठी असलेला आपलेपणा इतकीच काय ती माझी शिदोरी होती. आम्ही पुढे चालू लागलो,आता सूर्यकिरणे पर्वत शिखरांना न्हाऊ घालत होती पण सूर्यनारायणाचे अजून दर्शन झाले नव्हते. काही वेळाने आम्ही आमचे पुढचे गंतव्य रुपकुंड येथे पोहोचणार होतो. इतक्यात सूर्य पर्वत शिखरावर उदित झाला,आणि उद्धवने त्याच्या जीवनातील शेवटच्या सूर्याला नमस्कार केला.... आज आमचा ह्या यात्रेतला अखेरचा प्रवास होता....

अग्नीकल्लोळ - दाहक सूर्य विद्या आवाहन

सूर्यनारायण आता त्या पर्वत शिखरांना न्हाऊ घालत होता. कोवळ्या उन्हाची पर्वत रांगांवर पडलेली ती सोन्याची उधळण फार मोहक वाटत होती,पण हे काय? आता बाजूच्या हवेत गारवा जाणवत नव्हता. ती सकाळची ऊबही मनाला सुखावून जात होती,पण हिमालयात ह्या वेळेस ही ऊब अपेक्षित नव्हती.इथे राजाचे ३००-३५० लोकांचे सैन्य आमच्या थोडे पुढे होते म्हणजे आमच्या नजरेच्या पल्याड होते.आता मी, उद्धव, नंदा, पुजारी भवानी शंकर आणि बटुकनाथ असे रुपकुंडच्या दिशेने चालू लागलो. मी उद्धवला म्हटलो,“उद्धवा, बघ काय वेळ आली आहे, आपण आपल्याच लोकांच्या विरोधात उभे आहोत, म्हणजे आपले कोकणस्थ ब्राह्मण राजाच्या तुकडीत आहेत,आणि आता त्यांच्याविरुद्ध आपल्याला उभं राहावं लागणार आहे.” त्यावर उद्धव म्हणाला, “अरे नचिकेत, महाभारतात जे टळू शकलं नाही ते आत्ता कसे टळेल बरं?अरे ही सत्ता आणि पैशाची लालसा माणसाकडून काय काय करून घेईल सांगता येत नाही बघ.आता हेच बघ ना, राजा व माणिभद्र स्वामी इतके अंध झाले आहेत की साक्षात भगवतीला मंत्र शक्तीने बांधून ठेवले आहे. जरी कालू विनायकाने तिला शांत केले असले,तरी अजूनही ती शक्ती अस्थिरच आहे...”

आता ऊब आणखीनच वाढू लागली होती. हिमालयात हा काय प्रकार आहे म्हणून आम्हा सर्वांना प्रश्न पडला, आणि आमच्यासमोर एक अग्नीचा मोठा डोंब हवेत उसळला! आम्ही सर्व हे विस्फारलेल्या नजरेने पाहू लागलो, आणि बटुकनाथ उद्गारले, "दाहक सूर्य विद्या !" आमच्या काळजात धडकी भरली...आता बटुकनाथ उद्धवकडे येऊन म्हणाले,

हे उद्धव ये युद्ध तुम्हारा है
सामना करो अगर सामर्थ्य है,
रोक के रखना बलदेव को
करना चंद्र का अवाहन है

उद्धवने प्रश्न विचारला, "पर हे साधू, मै ऐसा कैसे कर सकता हू,अभी तो चंद्र उदित होने मे काफी देर है...." त्यावर बटुकनाथ म्हणाले, "हा मेरे बच्चे, पर यही परीक्षा की घडी है"

आता आम्ही सर्व पुढे येणाऱ्या संकटाचा सामना करण्यासाठी सज्ज होत होतो,आकाशात अग्नीचे डोंब उसळतच होते,साक्षात चंद्रालाही सूर्यापासून ऊर्जा मिळते, त्यात दाहक सूर्य विद्येसमोर उद्धवची शीतल चंद्र विद्या कशी काम करणार ह्या विचारात मी होतो,त्यात त्याच्या विद्येचा प्रयोग तेव्हाच यशस्वी होणार होता जेव्हा आकाशात महानील चंद्र अवतरणार होता,आणि आत्ता तर कुठे दिवस सुरू झाला आहे...असो, मी माझे विचार तिथेच थांबवले आणि उद्धवला बळ देण्याची प्रार्थना देवी नंदाकडे करू लागलो.आता आम्ही रुपकुंडच्या अगदी जवळ जाऊन पोहोचलो होतो,बलदेवनी निर्माण केलेल्या अग्नी शलाका आसमंताला भेदत होत्या,आणि माणिभद्र स्वामी व राजा आपला असुरी आनंद साजरा करत होते.आम्हाला त्या अग्नी शलाकांमुळे बलदेवचा चेहरा मात्र दिसत नव्हता...आम्ही पुढे चालत राहायचे ठरवले....राजा मात्र असुरी आनंदाने आमच्याकडे बघून आम्हाला जवळ येण्याच्या खुणा करत होता,आता रुपकुंडच्या पल्याड राणी व तिच्या दासींचा मेणा आणि सैन्य उभे असलेले दिसले,आम्ही पुढे जाऊ लागलो,आता उष्णतेचा दाह अधिकाधिक जाणवू लागला,अग्नी डोंब अजूनही आकाशात उसळून आसमंतातच विरून जाऊ

लागले.आता आम्ही राजाच्या जवळ येऊन पोहोचलो,माणिभद्र स्वामी बलदेवला उद्देशून म्हणत होते, “वा बलदेव वा, शिष्य हवा तर तुझ्यासारखा,गुरू आज्ञा शिरोधार्य मानून मनात नसतानाही तू हे काम करतो आहेस...वा..वा” पुन्हा दोघे जोरजोरात हसू लागले,आणि जे पाहीलं ते कल्पनातीत होतं! उद्धवतर ते दृष्य पाहून आक्रोश करतच जमिनीवर कोसळला,मी जागीच गोठून विस्फारलेल्या नजरेने ते दृश्य पाहत होतो,अग्नी शलाकांच्या पल्याड गणेश आजोबा विशीष्ट मुद्रेत ध्यानमग्न होते....आणि जोरजोरात सूर्याच्या अग्नीचे आवाहन करत होते.म्हणजे बलदेव हे दुसरे तिसरे कोणी नसून...गणेश आजोबा होते!!.

उद्धव मात्र आता पूर्ण कोलमडून पडला होता...त्याला आता त्याच्याच आजोबांविरुद्ध उभे राहावे लागणार होते...

वैश्विक विराम विद्या

त्या १० वर्षाच्या मुलावर आता १०० वर्षाच्या माणसालाही जमणार नाही असं कठीण कार्य येऊन पडलं होतं,अर्थात त्याच्या साधनेने उद्धव त्याच्या वयोमानानुसार खूपच पुढे होता,पण माझ्यासारख्या भाबड्या व्यक्तीला हा सर्व प्रकार अनाकलनीय होता.प्रत्यक्ष गणेश आजोबांना तिथे पाहून उद्धव जागीच गोठून गेला, तो काहीच बोलेना,गणेश आजोबांनी अजून डोळे उघडले नव्हते, त्यांचे सूर्य शक्तीचे आवाहन चालूच होते,इथे राजा उपहासाने म्हणत होता...''हा हा हा शीतल चंद्र विद्या, कुठे आहे चंद्र आणि तुझी विद्या? मला धमकावत होतास काय?”... उद्धव मात्र त्या अग्नी शलाकांचे तांडव आणि हे सर्व आपले आजोबाच घडवून आणत आहेत ह्या धक्क्यातच होता,मी कसे तरी सावरून उद्धवला हलवण्याचा प्रयत्न केला,पण काही उपयोग झाला नाही,मग बटुकनाथ म्हणू लागले... उठो उद्धव उठो...ये बैठने का समय नही है ,चलो उठो और विद्याका प्रयोग करनेके लिये आसन ग्रहण करो!....पण उद्धव काही बोलला नाही,त्या नंतर मात्र बटुकनाथाने रागाने उद्धवला जोरात कानशिलात मारले. उद्धव भानावर आला,आणि जोरजोरात रडू लागला, आक्रोश करू लागला.राजा आणि माणिभद्र स्वामींचे ते उपहासात्मक हास्य

सुरूच होते.आणि उद्धव ओरडून बोलू लागला "मुझे उत्तर चाहीये,क्यु हुआ है ऐसा,क्यु मेरी नियती मुझे ये दिन दिखा रही है?",''त्यावर मी म्हणालो, "हे साधू,अगर इसे युद्ध के लिये खडा होना है, तो इसे इस घटना का कारण पता होना चाहीये",त्यावर बटुकनाथ म्हणाले, "उचित है".आणि ते रुपकुंडच्या पाण्याजवळ जाऊ लागले,त्यांनी हाताच्या ओंजळीत थोडे पाणी घेतले आणि कुठले तरी मंत्र म्हणावयास सुरुवात केली. ते मंतरलेले पाणी राजा,व माणिभद्र स्वामींवर शिंपडले आणि काय आश्चर्य! राजा व माणिभद्र स्वामी ज्या अवस्थेत होते त्याच अवस्थेत गोठून राहिले ,पुन्हा तोच प्रयोग त्यांनी राजाच्या सैन्यावर केला आणि राणीच्या व दासींचा मेण्यावरही केला.आता मात्र सर्व गोठून गेले होते.बटुकनाथाने वैश्विक विराम विद्येचा वापर केला होता,आणि आम्ही सोडून सर्व काही विराम पावलं होतं.इथे आता आजोबांनीही डोळे उघडले.आणि उद्धवकडे येऊन म्हणाले "माझा नातू असशील तर उठ आणि सामना कर माझा,अरे तुझ्या ब्रह्मज्ञानात माझा अडसर आहे,मी जर जिवंत राहिलो तर तुला ती अवस्था कधीच प्राप्त होणार नाही,चल उठ, दाखव तुझी मंत्र शक्ती".आणि उद्धव चाट पडला.तो म्हणाला, "पण आजोबा, हे काय करता आहात तुम्ही?".त्यावर आजोबा म्हणाले, "मी माझ्या धर्माचं रक्षण करतो आहे,तूही तुझ्या धर्माचे रक्षण कर.उठ आणि मंत्रयुद्ध कर माझ्याशी".उद्धव म्हणाला, "नाही, हे मी नाही करू शकत ,मला आधी कारण कळले पाहिजे ,का मारलतं पंडित गिरीजा शंकरांना? का मारलतं महंतांना,निळावंतीने दिलेल्या अंगठीचा वापर करून तुम्हीच केल्यात ना त्या हत्या? सांगा आजोबा सांगा!" हो हो, मीच मारलं आहे त्यांना, इतकंच नाही तर नंदाच्या वडिलांचा मृत्यू आणि चौ सिंगा खाडूचा मृत्यूही मीच घडवून आणला आहे,तुझी ती अंगठी वापरून प्राण्यांना वशीभूत करून मी हे सर्व घडवून आणलं आहे".

"पण का आजोबा, हे सर्व का केलंत? मला उत्तर मिळाले पाहिजे, बोला आजोबा बोला!"त्यावर गणेश आजोबा म्हणाले, "आधी तुझ्या शक्तीचे प्रदर्शन कर.दाखव काय शिकला आहेस ते महंत दीक्षितांकडून" उद्धवने आसन ग्रहण केले आणि दाहक सूर्य विद्येतून उसळणारे अग्नीगोल वरच्या वरच गोठून गेले,त्यावर गणेश आजोबा म्हणाले, "वा बोहोत

खूब".आणि पुन्हा गणेश आजोबांनी मंत्र म्हणायला सुरुवात केली, अग्नी ज्वाला पुन्हा भडकू लागल्या पण उद्धवने मात्र त्याचे प्रत्युत्तर दिले नाही आणि तो तसाच बसून राहिला. हे पाहून बटुकनाथ मध्ये आले,आणि त्यांनी अग्नी तत्व आणि गोठलेले जल तत्व ह्यांना तिथल्या तिथे थोपवून धरले,आणि उद्धवला प्रश्न केला, "उद्धव ! ये क्या चल रहा है ? खडे हो जा युद्ध के लिये",त्यावर उद्धवने स्पष्ट नकार दिला आणि पुन्हा तेच म्हणाला, "नही साधो जब तक मुझे सत्य का पता नही चलेगा तब तक मै मंत्र अस्त्र का उच्चारण नही करुंगा"आता मात्र मी आजोबांना विनंती केली,आणि आजोबा उद्धवजवळ आले, त्याला पोटाशी धरले,म्हणाले, "बाळा माझा नाईलाज आहे,असं करू नकोस युद्धासाठी तयार हो,मी तुला सारं काही सांगतो नीट ऐक".

भूतकाळातील चूक व मृत्यू रहस्य

माणिभद्र स्वामी हे माझे गुरुजी आहेत,त्यांनीच मला ह्या दाहक सूर्य विद्येचे शिक्षण दिले आहे,माझ्या लग्नाच्या आधी माझ्या विद्यार्जनाच्या काळात त्यांची व माझी भेट झाली.खरं तर मी , गंगाधर आणि माणिभद्र आम्ही तिघेही गुरुबंधू होतो,आमच्या गुरूंचे नाव श्री रघुनाथ स्वामी. आपल्या कोकणातल्या गावातील वेशीवर त्यांनी त्यांचा आश्रम बांधला होता.माझ्या गुरूंकडे काही विशिष्ट अघोरी विद्या होत्या.एक दिवशी मी त्यांना विनंती केली की, गुरुजी कृपया मला ह्यातील काही विद्या शिकवा.त्यावर गुरुजी माझ्यावर डाफारले आणि म्हणाले, मूर्खा आधी वेद पारंगत हो.हा अघोरी मार्ग तुझ्यासाठी नाही.त्यावेळी इतर विद्यार्थी माझ्याकडे बघून उपहासाने हसले आणि माझी चेष्टा करू लागले.पण माणिभद्र मात्र त्यांचा आवडता शिष्य होता,त्याला त्यांनी ह्या सर्व अघोरी विद्या शिकवल्या होत्या हे मला ठाऊक होते.माझ्या गुरुजींनी केलेला माझा तो उपहास मला आवडला नाही,माणिभद्र हा त्यांना भरपूर द्रव्य देत असे म्हणून त्याला हे विद्यादान आणि मी गरीब ब्राह्मण म्हणून मला हे विद्यादान नाही असे मला वाटायचे.

त्यातच एक नवीन शिष्य आमच्या आश्रमात आला गंगाधर नावाचा.अतिशय हुशार, त्याने मात्र गुरुजींवर काय मोहिनी घातली माहीत नाही.त्यालाही गुरूंनी शीतल चंद्र विद्या शिकवायला सुरुवात केली. आता मात्र मला खटकलं,आणि अचानक गंगाधरचं गुरुप्रिय होणं हे मणिभद्रला ही खटकत होतं. एक दिवस माणिभद्र माझ्याकडे आला.आणि म्हणाला, “मी तुला शिकवतो दाहक सूर्य विद्या पण ही गोष्ट गुरूंना समजु नये ह्याची काळजी तू घ्यायची आहेस”.मी त्याला विचारलं, “पण ह्याचं कारण काय?”, त्यावर तो म्हणाला, “मला सर्वोत्तम बनायचे आहे,माझी मनीषा फार मोठी आहे,ह्या गुरुंकडून जे शिकण्यासारखं होतं ते मी शिकलो, आणि आता जास्त पैसे देऊनसुद्धा ते त्या गंगाधरालाच सगळं शिकवू पहात आहेत. आज शीतल चंद्र विद्या शिकवताहेत, उद्या दाहक सूर्य विद्या आणि जल आरोहण विद्याही शिकवतील आणि जे माझ्याकडे आहे ते अजून इतर कोणाकडेही नसावे अशी माझी इच्छा आहे,आणि तूही किती दिवस असा उपहासाने जगणार आहेस? त्यांनी तुला विद्या शिकवण्यासाठी नकार दिला आहे,मान्य आहे. तुझ्याकडे पैसे नाहीत म्हणून ते तुला शिकवत नाहीत,मग त्या भिकारड्या गंगाधराला तरी का शिकवत आहेत?”,आणि त्यावेळेस मला वाटू लागलं की माझ्याबरोबर दुजाभाव होत आहे.त्यावेळी मी माणिभद्रला प्रश्न केला की “तुला जर सर्वोत्तम बनायचे आहे तर तू मला,तुझ्या विद्या का शिकवशीलं, ह्यामागचा तुझा हेतू काय”, त्यावर माणिभद्र म्हणाला ,“मी जरी तुला एक विद्या दिली तरी माझ्याकडे अशा अनेक विद्या आहेत ज्याने मी प्रभावी ठरेन, पण जर आत्ता मी शांत राहिलो तर मात्र गुरुजी गंगाधराला सर्व काही शिकवतील आणि मला तेच नको आहे,मला माहित आहे तुलाही गंगाधर खटकतो आहे,मागून येऊन तो गुरुजींकडून सर्व काही ग्रहण करण्याच्या मार्गावर आहे.आपल्याला ज्या व्यक्तीचा काटा काढायचा आहे तो एकच आहे,मग एकत्र यायला काय हरकत आहे?”,हे ऐकल्यानंतर मी वाहवत गेलो आणि मी एक घोडचूक करून बसलो, माणिभद्रला गुरू म्हणून स्वीकारले, आता माणिभद्र मला दुपारच्या प्रहरी दाहक सूर्य विद्येचे प्रशिक्षण देऊ लागला,थोड्याच दिवसात मी ह्या विद्येत प्रवीण झालो,आणि दरम्यान गुरुजींनी गंगाधराला हिमालयात पुढच्या अध्ययनासाठी पाठवलं.मला अजून

तो दिवस आठवतो ज्यादिवशी मी माणिभद्रला गुरूदक्षिणेसाठी विचारलं, त्यावर तो एकच म्हणाला,आत्ता मला काही नको पण वेळ आली तर मी जे मागेन ते देण्यासाठी मागे हटायचे नाही.मी तसे माणिभद्रला वचन दिले.आणि त्याने मला सांगितले, "ह्या क्षणापासून तू माझ्यासाठी बलदेव आहेस.मी तुला गुप्त रूपाने ही विद्या दिली आहे म्हणून तुला हे नवीन नाव" नंतर आम्ही असेच एकके दिवशी दाहक सूर्य विद्येचा सराव करताना. अचानक कुणाच्या तरी पावलांचा आवाज आला आणि आम्ही सावध झालो.आमचे गुरुजी आमच्या समोर उभे होते. आमच्या गुरुजींनी आम्हाला दोघांना दाहक सूर्य विद्येचा सराव करताना पाहिले, आणि त्यांचा क्रोध अनावर झाला.आपल्या अपरोक्ष आपली विद्या आपल्या परवानगीशिवाय माणिभद्रने मला दिली म्हणून गुरुजी भडकले होते,आणि त्यांनी माणिभद्रला शाप दिला "मणीभद्रा, तू गुरुद्रोह केला आहेस.आता तुला सुटका नाही ,तू माझ्या परवानगीशिवाय हे ज्ञान गणेशाला दिले आहेस आता तुला ह्या विद्येचा कायम विसर पडेल,आणि ह्याही पुढे तू ज्याला ज्याला तुझ्याजवळची विद्या देशील त्यावेळी तुला त्या विद्येचा विसर पडेल."इतके माणिभद्रला बोलून आता गुरुजी माझ्याकडे वळले आणि म्हणाले,"गणेशा, तू खरचं मूर्ख आहेस, तुझ्याबाबतीत भविष्यात घडणाऱ्या एका वाईट घटनेला थांबवण्याचा मी प्रयत्न केला पण आता ते शक्य नाही,तुला ह्या गोष्टीची फार मोठी दक्षिणा मणिभद्रास द्यावी लागणार आहे,अरे हा माणिभद्र स्वतःच्या स्वार्थासाठी तुझ्याकडून तुझं सर्वस्व मागून घेईल.आणि हीच तुझी शिक्षा असेल"हे सर्व ऐकून माणिभद्र आणखीनच रागावला.आता त्याच्याजवळ दाहक सूर्य विद्या नव्हती,आणि ही गोष्ट त्याला सहन होणारी नव्हती. त्याने त्याच क्षणी गुरू आश्रम सोडला.मलाही गुरुजींनी आश्रम सोडण्याची आज्ञा केली,पण एक दिवस माणिभद्रने गुरुजी संध्यावंदनासाठी समुद्रावर गेले असताना जल आरोहण विद्येचा वापर करून गुरुजींनाच जलसमाधी दिली.हा भयानक प्रकार जेव्हा माझ्या लक्षात आला तेव्हा मी त्याला विरोध केला,पण तो फक्त हसला, म्हणाला माझ्या मार्गात जो कोणी अडथळा बनेल त्याची अशीच दशा होईल.हे ऐकून मात्र मी त्याच्याशी संबंध तोडले.त्यावर तो म्हणाला," कुठे जाशील? एक ना एक दिवस तुला तुझे वचन पूर्ण करण्यासाठी यावेच

लागेल.ती तुझी नियती आहे".मला मात्र माझ्या कृत्याचा पश्चाताप झाला.पण आता वेळ कधीच निघून गेली होती.मी यात्रेमध्ये आहे हे कळल्यावर माणिभद्रने मला त्याच्यासाठी ह्या विद्येचा वापर करण्याची गळ घातली,आणि परिमाणंस्वरूप मी तुझ्यासमोर बलदेव म्हणून उभा आहे,माफ कर बाळा हे करण्यासाठी मी विवष आहे.गुरुजी जो दिवस सांगत होते तो आजचाच दिवस होता,आणि फक्त माणिभद्रला दिलेल्या गुरुदक्षिणेच्या वचनासाठी मी तुझ्या विरुद्ध उभा आहे.आणि मला हे करणं भाग आहे.कालांतराने माणिभद्रने राजा जसधवल ह्याला आपले शिष्य केले आणि त्याला जल आरोहण विद्या शिकवली.त्यामुळे त्याला आता ही विद्याही अवगत नाही,पण अजूनही त्याच्याकडे शीतल चंद्र विद्या तसेच इतरही काही अघोरी सिद्धी आहेत ज्या फक्त त्यालाच माहिती आहेत.त्यामुळे जेव्हा चंद्र प्रबळ होईल तेव्हा फक्त तुझ्याच नाही तर त्याच्याही चंद्र विद्येला बळ मिळेल आणि तुला त्याचा सामना करावा लागेल.आता माझे मृत्यू रहस्य ऐक,

जी ऊर्जा होईल माझ्यातून उत्पन्न

करेल अग्निशिखा आकाशी गमन

साधावी ही संधी सुर्यास्ता पूर्व

गोठवावे त्या अग्निस तेव्हा मध्यस्थ

त्याच बर्फगोलाने करावा शिखेसी प्रहार

तेव्हाच होईल मज शिवात्म्याचे दर्शन

आता पूर्ण वातावरणात स्मशानशांतता पसरली होती. दुपारचा प्रहर आता जास्तच आग ओकु लागला.आणि आजोबांना व बटुकनाथांना नमस्कार करून काही न बोलता उद्धवने शीतल चंद्र विद्येचे आवाहन करण्यासाठी आसन ग्रहण केले.

मुखवटा घातलेली व्यक्ती

आता उद्धवच्या मनातलं प्रश्नांचं वादळ शमलं होतं, पंडित गिरीजा शंकर आणि महंत गंगाधर दीक्षित ह्यांना मनोमनी अभिवादन करून उद्धवने सुखासनात डोळे मिटले,आणि बटुकनाथाने पुन्हा मंत्रोच्चारण करून वैश्विक विराम विद्या मागे घेतली. पुन्हा एकदा वातावरणात गती निर्माण झाली,हा सर्व प्रकार नंदा पहात होती. ती उद्धव जवळ आली,आणि उद्धवला म्हणाली,"उद्धव, शक्ती तुम्हारे साथ है,आज उसी मे लिन होना है."आणि ती पुन्हा मागे हटली,पुजारी भवानी शंकर मात्र अचानक दिसेनासे झाले.इथे गणेश आजोबांनी पुन्हा एकदा सुर्यग्नीचे आवाहन करायला सुरुवात केली,आणि पुन्हा अग्नी शिखा बरसू लागल्या,उद्धवही मग आपली पूर्ण शक्ती लावून हिमालयात थंडावा निर्माण करण्याचा प्रयत्न करत होता, पण त्यात त्याला तितकसं यश मिळत नव्हतं.उद्धवचे प्रयत्न अपुरे पडताहेत हे पाहून बटुकनाथाने वायू शक्तीचे आवाहन केले आणि त्या अग्नी शिखांना राजाच्या सैन्याच्या दिशेने वळवले.आता त्या अग्नी शिखांचा दाह सैन्यालाही जाणवू लागला आणि ते सैरावैरा धावू लागले,सभोवतालीचा बर्फही आता वितळू लागला होता,आणि पर्वतशिखरांवरील बर्फही आता त्या अग्नीच्या दाहकतेने कोसळू लागला होता, सैन्य त्या अग्नी गोलांपासून वाचण्यासाठी रुपकुंडच्या दिशेने जाऊ लागले,आणि राजाकडच्या तुकडीतील ब्राह्मणही आता तिथेच जाऊ लागले.अर्धे सैन्य रुपकुंडातील पाण्यात उतरले,पण त्या ब्राह्मणाच्या तुकडीला मात्र माणिभद्रने तलावाच्या काठावरच थांबवले.म्हणाले, "मूर्खांनो,तुम्ही मंत्रशक्तीचे धनी आहात, हा पळपुटेपणा कशाला?", आणि त्यांना एका विशिष्ट मंत्राचे उच्चारण करायला सांगितले. संध्याकाळ जवळ येत होती,रुपकुंडच्या पाण्याची पातळी वाढली होती,आणि अशातच राजाने जल आरोहण विद्येचे आवाहन केले.

पुन्हा एकदा एक कल्पनातीत गोष्ट घडली ,पाणी वर उसळू लागले.आता एकीकडे दाहक सूर्य विद्या आग ओकत होती आणि दुसरीकडे कुंडातले जल उफाळून आकाशाला भिडू पाहत होते.उद्धवने आपले प्रयत्न चालूच ठेवले होते,आणि तो शक्य तितका गारवा आणि पाण्याचे बर्फात

रूपांतर करु लागला.माणिभद्र स्वामी दात विचकाऊन राक्षसी हास्य करत होते, तेवढयात त्यांची नजर आकाशातल्या चंद्राकडे गेली, तिन्ही सांजेची वेळ झाली होती, आणि आता आकाशात मावळतीचा सूर्य आणि उदित होणारा चंद्र दिसू लागला,आजोबांच्या मृत्यू रहस्याप्रमाणे हीच ती वेळ होती....आजोबांच्या मृत्यूची...

आजोबांची दाहक सूर्य विद्या आता अधिकच आग ओकू लागली होती, इतक्यात मी उद्धवकडे पाहून जोरात ओरडलो, "उद्धव, चंद्राकडे लक्ष दे",इथे आजोबांच्या विद्येने उत्पन्न झालेल्या अग्नी शिखा आसमंतला भिडू लागल्या,जल आरोहण विद्येने उसळलं जाणारं जल आता फारच उष्ण झालं होतं,आणि इतक्यात उद्धवने जोरजोरात मंत्रोच्चारण सुरू केले,आता एक भव्य अग्निशिखा आजोबांच्या मंत्रोच्चारातून आकार घेत होती.

इथे उद्धव ती अग्नी शिखा मध्यावर जाण्याची वाट पाहू लागला, आजोबांची नजरही वर गेली आणि त्यांनी उद्धवला शेवटचे पाहिले, एक हात आशीर्वादासाठी उंचावला आणि त्यानंतर त्याच हाताच्या बोटाने आकाशाकडे खुण केली, उद्धव चे डोळे पाण्याने भरलेले होते. हा सर्व प्रकार माणिभद्र स्वामींनी पहिला,आणि गणेश आजोबांकडे पाहून म्हणाले, "बलदेवा हे काय केलेस, तू तुझे मृत्यू रहस्य ह्या पोराला सांगितलेस, थांब आताच्या आता तुला मीच मारतो!",आणि माणिभद्र स्वामींनीही आकाशाच्या चंद्राकडे आणि मावळत्या सूर्याकडे पाहून चंद्र शक्तीचे आवाहन करण्यासाठी आसन ग्रहण केले.इथे अग्नी शिखा आता पर्वत शिखराच्या वर पोहोचली होती, आकाशात महानील चंद्र उदित होत होता,उद्धवने आता त्या अग्नीचे अग्नीबिंदू बर्फात रूपांतरित करायला सुरुवात केली होती.इथे माणिभद्र स्वामीही मंत्र सुरुवात करणार होते हे मी पाहात होतो, आणि तितक्यात नंदा त्यांच्यासमोर गेली,नंदाने फक्त भेदक नजरेने त्यांच्याकडे पाहिले आणि माणिभद्र स्वामींची दातखिळीच बसली,त्यांच्या मुखातुन शब्द बाहेर येईनात ,आणि नंदा ओरडली,"लाटू देवता आवो मै तुम्हारा आवाहन करती हू",हे ऐकून माणिभद्र स्वामींनी आसन सोडले,आणि ते ब्राह्मणांच्या तुकडीच्या दिशेने जाऊ लागले,आणि कुठले तरी दुसरेच मंत्र म्हणायला सुरुवात केली.इथे आता मध्यस्थी आलेल्या

अग्नी शिखेचे उद्धवने मोठया बर्फगोलात रूपांतर केले आणि बटुकनाथाने तो बर्फगोल वायू विद्येचा वापर करून गणेश आजोबांच्या दिशेने वळवला. इतक्यात अचानक कुणीतरी मुखवटा घातलेली व्यक्ती त्या ठिकाणी आली,हातात तलवार होती,ती व्यक्ती माणिभद्र स्वामींच्या दिशेने चालू लागली.वातावरणात पंचमहाभूतांचे भयानक तांडव सुरू होते,पाण्यात आश्रय घेतलेले सैन्य त्या उष्ण पाण्याने पोळून निघत होते,आणि ते ब्राह्मण आता भीतीपोटी मंत्रउच्चार करत होते.आता त्यांनाही कळून चुकले होते की आपल्या मृत्यूची वेळ जवळ आली आहे, अशातच तो बर्फगोल बरोबर आजोबांच्या शिखेवर आला,उद्धवने एका नजरेनेच त्याचे तुकडे केले,आणि त्यातला एक मोठा भाग आजोबांच्या डोक्यावर आदळला, आजोबा कायमचे अनंतात विसावले. मी उद्धवकडे पाहिले,त्याच्या डोळ्यातले पाण्याचे ओघळही आता गोठून गेले होते,आणि इतक्यात एक बर्फगोल नंदाच्या डोक्यावर आदळला. नंदा धारातीर्थी पडली,त्या मुखवटाधारी माणसाने माणिभद्र स्वामींचा शिरच्छेद केला,त्या रक्ताच्या चिळकांड्या रुपकुंडच्या पाण्यात उडाल्या.तो मुखवटाधारी माणूस अजूनही त्याच्याच धुंदीत मृत्यू तांडव करत होता.मी व उद्धव पळत पळत धारातीर्थी पडलेल्या नंदाजवळ गेलो,राजा माणिभद्र स्वामींच्या धडापाशी जाऊन बसला होता आणि तिथूनच नंदाला पडलेली बघून राक्षसी हसू लागला.नंदाचे श्वास थांबले होते,शरीर थंड पडले होते.पण इतक्यातच कोण्या स्त्रीच्या किंचाळण्याचे आवाज कानावर पडले.तो आवाज राणीच्या मेण्यातून येत होता,राणीला प्रसूती वेदना होऊ लागल्या होत्या.आणि राजा अस्वस्थ झाला....

कुमारी नंदा

धारातीर्थी पडलेली नंदा पाहून ती मुखवटा घातलेली व्यक्ती अजूनच उद्विग्न झाली,आणि म्हणू लागली ,"माता जाग जाइये, आप ऐसे नही जा सकती,ये लाटू आपका आवाहन करता है,आइये माता आ जाइये!"आता देवी मुक्त झाली होती,माणिभद्र स्वामींची मंत्र शक्ती त्यांच्याबरोबरच नष्ट झाली होती,आसमंतात पुन्हा एकदा विजा तांडव घालू लागल्या, तो रक्तरंजीत

वर्षाव पुन्हा सुरू झाला,आणि देवीचे अक्राळ विक्राळ रूप पुन्हा एकदा आकाशात प्रकट झाले.आता आकाशातूनच तिची वाणी ऐकू येऊ लागली,आणि तो आवाज म्हणत होता,'हे राजा, आत्ता तुला कोणीही वाचवू शकत नाही,मृत्यूसाठी तयार हो!',आणि आकाशातून अग्नी गोल बरसू लागले,पाण्यात उभे असलेले सैन्य त्या आसमंतातील आकृतीकडे पाहून 'त्राही माम ,त्राही माम' म्हणू लागले,आतापर्यंत मंत्र पठण करणारे ब्राह्मणही त्या विक्राळ आकाराकडे पाहून देवीची क्षमा मागू लागले,आणि तो आवाज पुन्हा ऐकू आला, 'राजा मृत्यूसाठी तयार हो!'

इथे राणीच्या प्रसूती कळा वाढू लागल्या,आणि राणीच्या मेण्यातून एक काळा द्रव बाहेर पडताना दिसला.हा काळा द्रव पुढे रुपकुंडच्या पाण्यात मिसळला आणि ते पाणी विषारी होऊ लागले.राणीने एका मांसाच्या गोळ्याला जन्म दिला होता,ज्याच्यातून तो दुर्गंधी पसरवणारा काळा द्रव येत होता.राजा हे पाहून संतापला,त्याने राणीला तिथल्या तिथेच ठार केले,आणि बाहेर आला, आता आसमंताकडे नजर रोखून म्हणाला,"हे नंदा देवी,मरण आले तर तुझ्याशी लढूनच, ते पत्करण्याची माझी तयारी आहे."आणि राजाने पुन्हा जल आरोहण विद्येचे आवाहन केले.आता रुपकुंडातले पाणीही वर उफाळून आले,आसमंतातून येणारे अग्नी गोल आणि पाणी एकमेकांत सामावून त्याचे बाष्पात रूपांतर करत होते.आता मात्र देवी भयंकर चिडली होती,आणि तिने पर्वत राजीवरील सर्व बर्फ वितळवण्यास सुरुवात केली होती.त्या पर्वत राजीवर जणू काही समुद्र चालून आला आहे असा भास होऊ लागला इतकी तिथल्या पाण्याची पातळी वाढली होती,पण राजाने जल आरोहण विद्येने ते पाणी वरच्या वरच थोपवून धरले होते.निसर्गाचा समतोल ढळू लागला होता, मृत्यूचा काळ समोर आला होता,पण जर देवीला शांत केले नाही तर मात्र हिमालयाचा तो भाग कोसळून जाईल की काय अशी भीती वाटू लागली,आणि बटुकनाथांनी उद्धवला सांगितले, उद्धवा, तुझ्या शक्तीचा वापर कर,हे पाणी बर्फात परावर्तित कर"आणि उद्धव म्हणाला, "साधू, जर मी असे केले तर तो बर्फ मी जास्त काळ तोलून ठेऊ शकणार नाही, त्याचे तुकडे आपल्या सर्वांवर बरसतील आणि सर्व निष्पाप लोकही मृत्युमुखी पडतील"त्यावर बटुकनाथ म्हणाले."उद्धवा तुला काय करायचे

आहे हे तुला माहीत आहे.ह्या लोकांची नियती हीच आहे,आणि तुझी ही,ह्या लोकांच्या मृत्यूचे निमित्त तूच आहेस.आठव ते स्वप्न ज्यामध्ये तू शीतल चंद्र विद्येसाठी आसन ग्रहण केले होतेस.आता जास्त वेळ दवडू नकोस".एवढे उद्धवला सांगून बटुकनाथ माझ्याकडे वळले,आणि म्हणाले "त्या डोलीतून देवीची मूर्ती घे,आणि होमकुंड च्या दिशेने प्रस्थान कर,होमकुंडला असलेल्या शिवलिंगासमोर देवीची मूर्ती ठेऊन तिथे तिची पूजा कर.तेव्हाच देवी शांत होईल.आता ही यात्रा तुलाच पूर्ण करावी लागेल, नाहीतर ती तिच्या त्रिशूळ प्रहाराने हे सर्व संपवून टाकेल".पण मी म्हणालो, "मी कसा जाऊ? मला होमकुंडचा रस्ता माहीत नाही".इतक्यात ती मुखवटा घातलेली व्यक्ती माझ्या जवळ आली आणि एका दिशेकडे बोट दाखवून मला मार्ग दाखवला, एक धक्का देणारी गोष्ट दिसली.नंदा त्या दिशेला उभी होती,तिचे रूप एका देवीप्रमाणे होते,ती मला बोलवत होती. मी तिचा देह असलेल्या जागी पाहिले,तिथे तिचा देहही नव्हता.हे सर्व काय आहे हे मला उमजत नव्हते.आता बटुकनाथ म्हणाले, "जावो नचिकेत, तुम्हे सारे प्रश्नोका उत्तर मिल जायेगा जाओ".मी आता पाणावलेल्या डोळ्यांनी उद्धवकडे पाहिले.त्याची आणि माझी ती अखेरची नजरानजर होती.मी उद्धवला जाऊन कडकडून मिठी मारली.उद्धव म्हणाला, "जा नचिकेत जा,तुझ्यावर मोठी जबाबदारी आहे,जा नंदा तुला बोलावते आहे जा तू!".आणि मी उद्धवचा व बटुकनाथाचा कायमचा निरोप घेतला आणि नंदाच्या दिशेने निघालो. नंदाजवळ गेलो आणि मागे वळून पाहिलं,उद्धवने जलरोहण विद्येने तयार झालेल्या आणि वर उफाळून आलेल्या पाण्याचा अधांतरी एक भव्य बर्फाचा गोळा तयार केला होता,आणि फक्त एक नजरेने त्याचे हजार तुकडे केले.आता ते बर्फ गोल खाली उभे असलेल्या माणसांवर आदळू लागले,त्यांच्या टाळूवर आघात होऊन ते मृत्युमुखी पडू लागले. बटुकनाथ ध्यानमुद्रेत बसले होते,त्यांच्यावरही आता एक बर्फ गोल आदळला, उद्धवनेही आता खेचरी मुद्रा करून आपले प्राण सोडले. इतक्यात त्याच्यावरही एक बर्फ गोल आदळला.काही लोक कधीच मृत्यूमुखी पडले होते.देवी अजूनही अस्थिर होती.आता रुपकुंड हे थोड्याच वेळात बर्फाचे स्मशान होणार होते.इतक्यात नंदाने माझा हात पकडला आणि मला

होमकुंडच्या दिशेने घेऊन जायला लागली.तो एक दिव्य स्पर्श होता.केवळ तिच्या स्पर्शाने माझे अष्ट सात्विक भाव जागृत झाले होते.मी आता केवळ त्या अनुभवात न्हाऊन निघत होतो.इतक्यात आकाशात एक दिव्य प्रकाश दिसला आणि नंदा म्हणाली, “उद्धव ब्रह्मलिंन हो गया”.आम्ही जुरांग गल्लीमधून जात होतो, समोर एका पर्वतावर एक भलंमोठं त्रिशूळ आदळलेलं दिसलं.त्या पर्वत शिखराचा काही भाग कोसळत होता,नंदाने फक्त त्रिशूळाकडे पाहीलं आणि ते त्या पर्वत शिखरातच सामावून गेलं, त्या शिखराला मात्र त्रिशूळाचा आकार प्राप्त झाला होता.जल आरोहण विद्येने उफाळून आलेलं पाणी आम्हाला इथेही दिसत होतं.जणू काही समुद्र देव हिमालय गिळत आहेत असा भास झाला,पण नंदाच्या पदस्पर्शाने ते पाणीही आता ओसरू लागलं.नंदा म्हणू लागली “आजसे ये जगह "शिलसमुद्र" नामसे जानी जायेगी!”आम्ही पुन्हा पुढे चालू लागलो आणि मी अजूनही शांत होतो. आम्ही शिलसमुद्र व जुरांग गल्ली पार करून आलो होतो आणि एक मोठे हिमवादळ उठले.मी तिथल्याच एका दगडाजवळ शरण घेतली, आता नंदा कुठेही दिसत नव्हती.तिला शोधता शोधता माझी नजर समोर गेली.पाहीलं तर समोर एक दिव्य शिवलिंग होतं.

अखेरचा प्रवास

मी जुरांग गल्ली आणि शिलसमुद्र पार करून आता होमकुंडपर्यंत पोहचलो होतो,समोर ते दिव्य शिवलिंग होतं,आणि नंदा देवीची मूर्ती माझ्या हातात होती.मी आता लगबगीने शिवलिंगाजवळ जाऊन ती नंदादेवीची मूर्ती ठेवली आणि शिवा ची व शक्तीची मानस पूजा केली,आणि काय आश्चर्य! आता सर्व पाणी ओसरलं ,विजांचा कडकडाट थांबला होता,आणि सगळं वातावरण पुन्हा प्रसन्न वाटत होतं.समोर मला नंदाघुंटी शिखरं दिसत होतं,त्या पर्वत शिखराकडे पाहून मी आपसुकच नतमस्तक झालो,सूर्य नारायणाची सोनेरी किरणं त्याला न्हाऊ घालत होती, ते दृश्य फारच मनमोहक दिसत होतं.मग तिथून मला एक दिव्य प्रकाश शलाका येताना दिसली,आणि माझे डोळे ध्यानात लिन झाले.त्या दिव्य प्रकाशात एक आकृती आकार घेत होती,

मी हळू हळू अंतर्मुख झालो,तशी तशी ती आकृती माझ्यासमोर स्पष्ट होऊ लागली,आणि माझ्यासमोर कुमारी नंदा उभी असलेली मला दिसली.सर्वत्र हिमालयाचा गारवा जाणवत होता,चंदनाचा सुगंध आसमंतात पसरला होता,आणि ती बाल त्रिपुर सुंदरीच्या रूपात माझ्यासमोर उभी होती.ओठावर स्मित हास्य लेऊन अभय मुद्रा दाखवत होती,आशीर्वाद ही देत होती.नंतर ती पर्वताची लेक त्या नंदाघुंटी शिखरातच अंतर्धान झाली.मी निःशब्द होऊन नुसता दर्शनाचा लाभ घेत होतो.किती उपकार त्या माऊलींचे माझ्यासारख्या शूद्र मानवावर! असा विचार करून कृतकृत्य झालो,आता मी माझा राहिलो नव्हतो,पुन्हा परतण्याची इच्छाच विरून गेली होती,पण मनातून पुन्हा एक जाणीव झाली,कुणीतरी मला साद घालत होतं,"नचिकेत मी वाट पाहतोय".आणि नंदा देवीच्या मूर्तीला व शिवलिंगाला नमस्कार करून मी पुन्हा रुपकुंडचा रस्ता धरला.

शिलसमुद्र आणि जुरांग गल्ली पार करून मी जवळजवळ सात-आठ दिवसांनी मी रुपकुंडच्या भागात प्रवेश केला.सर्व काही गोठून गेलं होतं,पर्वत शिखरं असे स्तब्ध उभे होते कि जणू काही घडलंच नव्हतं.सगळं काही शांत झालं होतं आणि मला तो मुखवटा दिसला,मुखवट्याच्या आड लपलेली ती व्यक्ती म्हणजे पुजारी भवानी शंकर होती.चेहरा काळा पडला होता, शरीरावरील मांस पृथ्वी तत्वात विलीन होत होतं आणि अस्थिपंजर दिसू लागले होते.हा प्रकार पाहून मी दचकलोच!! आणि आजूबाजूला पाहू लागलो, निसर्गाने त्या सर्व मृतदेहांच्या विघटनाची प्रक्रिया सुरू केली होती, ऐकेकाळी ह्यातील काही शरीरांनी पंचमहाभूतांचे आवाहन करून इथे तांडव माजवले होते,तेच देह आता इथे पंचमहाभूतात विलीन होत होते,बर्फाची एक जाड चादर आजूबाजूचा निसर्ग त्यांच्या शरीरावर घालतच होता,आणि ते मृतदेह सर्वत्र अस्ताव्यस्त पसरले होते.इतक्यात मला आवाज आला."नचिकेत ये! अरे मी तुझीच वाट पाहातो आहे",मी आजूबाजूला पाहीलं पण कोणीही दिसत नव्हतं.आणि मग एक शरीर सुखासनात बसलेलं पाहीलं ,बर्फाने त्यावर आपली चादर अंथरलीच होती,पण एक अद्भुत प्रकाश त्या शरीरातून येताना दिसला.कल्पनातीत वाटणारी ही यात्रा मी पूर्णत्वाला नेली होती.कधीही विचार करता येणार नाही असे चमत्कार मी ह्या यात्रेत

पाहिले होते,निखळ प्रेमाची ताकद अनुभवली होती,सत्तेच्या लालसे पायी, आणि द्रव्याच्या लोभापायी प्राण गमावताना लोकांना पाहीलं होतं,केवळ विवष होऊन आपल्या नातवाविरुद्ध उभे राहणारे आजोबा मी पाहिले होते,सत्यासाठी आणि धर्मरक्षणासाठी उद्धवने,पंडित गिरीजा शंकर तसेच महंत दीक्षितांनी दिलेली प्राणाची आहुती मी अनुभवली होती,आणि मन सुन्न होऊन गेलं.,मी क्षणिक डोळे मिटून ती शांतता अनुभवली.आता सूर्य त्रिशूळ पर्वत शिखराला न्हाऊ घालत होता,आणि पुन्हा त्या आवाजाने मला साद घातली,"नचिकेत जवळ ये".मी त्या प्रकाश परावर्तित करणाऱ्या शरीराजवळ गेलो.तो साद घालणारा आवाज उद्धवचा आहे हे जाणवलं.आणि मी त्या मृतदेहाला स्पर्श केला. माझ्यासाठी पुन्हा एका दिव्य अनुभुतीचं दार उघडलं.

अवनी जी वही वाचत होती ती शेवटच्या "अनुभूती"ह्या शब्दावर येऊन संपली होती.

अवनीने शांतपणे वही बंद केली,आणि तिच्या डोळ्यातले अश्रू हळुवार तिच्या गालांशी सलगी करून ओघळू लागले.नचिकेत गोखलेच्या वहीमधून तिने नंदा राज जात यात्रा अनुभवली होती.ती थोडा वेळ तशीच शांत बसून राहिली, पण तिचं मन मात्र त्या 'अनुभूती' शब्दावर खिळून राहिलं होतं. वाचनाच्या त्या दिव्य अनुभवातून ती निखिलच्या हाकेने बाहेर आली, निखिल हाक मारत होता, "अवनी चल, आपल्याला पुढच्या प्रवासाला निघायचे आहे"...

||१२०० वर्षांपूर्वीची कहाणी समाप्त ||

नंद प्रयाग

निखिलचा आवाज ऐकून अवनी आपल्या चिंतनातून धाडकन बाहेर आली,तिचे डोळे पाणावले होते ती वही वाचता वाचता. ती त्यात इतकी गुंतून गेली होती की, ह्या सर्व गोष्टी तिने आपल्या कल्पनाशक्तीने पहिल्या आणि अनुभवल्या होत्या,पण पुन्हा एकदा निखिलची हाक आली आणि अवनीने स्वतः ला सावरले. वहीतली एक गोष्ट मात्र तिला सतत कोडं घालत

होती,ती म्हणजे वहीतला शेवटचा शब्द 'अनुभूती'. ती विचार करत होती,ती वही अपूर्ण वाटते आहे,त्या अनुभूतीचे वर्णन नचिकेत गोखलेंनी का नाही केले ह्याचाच सतत ती विचार करत होती,पण आता बसून विचार करायला वेळ नव्हता, पुढच्या प्रवासासाठी सर्वांना निघायचं होतं.

आता अवनी,निखिल, रिचर्ड,मनोज,आणि रणविर सर्व पुढच्या ट्रेकसाठी तयार झाले.रणवीरने तंबू,दोरखंड,टॉर्च,आणि ट्रेकसाठी लागणाऱ्या सर्व गोष्टींची तयारी चालू केली होती,आणि ते वाण गावात येऊन पोहचले. तिथे त्यांचा चहा नाष्टा झाला,सर्वांना पुढच्या प्रवासासाठी ऊर्जा मिळाली आणि पुन्हा ट्रेक सुरू झाला.आत्तापर्यंतचा ट्रेक जरा सोपा वाटत होता, ट्रेक करता करता एक पाण्याची धारा त्याच्या उजव्या बाजूला लागली,निखिलने विचारलं,"मनोज, ही कोणती नदी आहे?"मनोज म्हणाला, "ही नदीची धारा नंदाकिनी नदीची आहे,नंदप्रयाग येथे ही नंदादेवी पर्वतशिखरातून निघालेली जल धारा अलकनंदेला जाऊन मिळते,पण नंदप्रयाग हा पवित्र मानला जात नाही."

आता निखिलमधला इतिहासकार डोकं वर काढू लागला,आणि त्याने प्रश्नांचा भडिमार सुरू केला.त्यावर मनोजने उत्तर दिले, "अरे मित्रा, रुपकुंड हा तलाव ह्याच नंदाकिनी नदीच्या जलधारेने बनला आहे,पण कनौजचा राजा जसधवल हा जेव्हा राणीसह रुपकुंडला पोहोचला, तेव्हा राणीला प्रसूती वेदना सुरू झाल्या होत्या,आणि तिच्या योनीतून एक काळा विषारी द्रव बाहेर पडला होता,हा सर्व देवी नंदाने तिला दिलेल्या शापाचा परिणाम होता, हा काळा द्रव रुपकुंडच्या पाण्यात जाऊन मिळाला,त्या वेळी म्हणे पाण्यात त्याचे बरेच सैन्य उभे होते,त्या विषारी पाण्यामुळे त्यांना फार यातना सोसायला लागल्या,असो पण मुद्दा तो नाही,हे द्रव्य मिसळून ते पाणी विषारी आणि गढूळ झाले म्हणून इथले स्थानिक लोक नंद प्रयागला एक तीर्थस्थळ मानत नाहीत."अवनी ही माहिती ऐकून अचानक चमकली.नचिकेतच्या वहीमधला प्रसंग तिला आठवला,आणि त्याचा आत्ताच्या काळावर झालेला परिणामही ती पहात होती,पण ती काहीच बोलली नाही,तिला वाटलं की मी जर त्या वहीत लिहिलेल्या अकल्पित गोष्टी ह्यांना सांगितल्या तर सर्व जण मला चिडवतील पण तिने निखिलला सांगायचे मात्र ठरवले होते.

अचानक पाऊस पडायला लागला,रिचर्ड म्हणाला,"See this, I heard that sudden climatic changes is common in Himalayas but now I am experiencing the same"आणि सगळे हसायला लागले. आता ते गैरोली पाताल येथे येऊन पोहोचले,कोणत्याही परिस्थितीत त्यांना बेदनी बुग्यालला आज पोहोचायचेच होते,पण पावसाचा जोर वाढल्यामुळे वाटेत लागलेल्या एका ठेल्यावर ते थांबले.तिथे सगळ्यांनी मॅगी आणि चहा प्यायचे ठरवले,तेवढ्यात रणवीर सिंग म्हणाला कि हिमालयात ट्रेकरसाठी मॅगी हे वरदान आहे,पोटातला भुकेचा अग्नी शांत करण्यासाठी इथे मॅगीशिवाय पर्याय नाही आणि हसला, त्याला मनोज दुजोरा देत म्हणाला, "हो खरं आहे हे, पण गंमत म्हणजे ही मॅगीची चव सगळ्या ठिकाणी वेगवेगळी असते बरं, इथले स्थानिक लोक ह्यात गावातला खास त्यांनी केलेला मसालाही घालतात." आणि सगळ्यांनी मग एकत्र तोंडात मॅगी घातली,निखिलने तर मॅगी तोंडात घातल्यावर डोळेच मिटून घेतले,शांतपणे रवंथ केल्यासारखा तो प्रत्येक घास खात होता,आणि सर्व त्याच्याकडे पाहून हसत होते.पाऊस थोडा ओसरायला आला होता,आणि ते पैसे देऊन निघणार, तेव्हा अचानक एक आवाज त्यांच्या कानावर पडला. "अलख निरंजन.भगवान भला करे. इस साधू को कोई मॅगी खिला दो"...

बेदनी बुग्याल

रणवीर सिंग तसा देवभोळा माणूस होता,शरीर कणखर आणि एका गिर्यारोहकाचं असलं तरी काळीज अगदी मऊ होतं,तो त्या साधूला पाहून म्हणू लागला, "आइये बाबाजी आइये"त्या ठेल्यावरच्या माणसाला तातडीने मॅगी बनवायला सांगितली,आणि साधूला विचारलं "बाबाजी, चाय पियोगे?",त्यावर तो साधू नाही म्हणाला आणि त्या ठेल्याच्या कोपऱ्यात जाऊन चिलीम फुकु लागला,म्हणाला, "आज थोडी थंड जादा है ,बच्चा सतर्क रेहेना".इतक्यात गरम गरम वाफाळलेली मॅगी खाल्ली,पोटाची क्षुधा शांत केली,आणि म्हणाला "कोई पानी पिला दो",अवनी लगेच आपल्या

हातातली पाण्याची बाटली देण्यासाठी त्याच्याकडे सरसावली,त्याची आणि अवनीची नजरानजर झाली.त्या साधूने अवनीचा हात पकडला आणि म्हणू लागला.'मिलेगा, जवाब तुम्हे जरूर मिलेगा!"

वो रेहेता है भूतकाल मै | पर आयेगा वर्तमान मै

लेकर जायेगा तुम्हे ऐसी जगह| वो होगी इस काल से परे

मृत्यु देखेने आइ हो | तो उसका अनुभव भी करना होगा

नदी के उस पार बिना डर ही जाना होगा

तभी उस अनुभूती का तुम्हे एहसास होगा

आणि अवनीचा हात सोडून पळू लागला ,जाता जाता बडबडू लागला,"वो आयेगा.वो जरूर आयेगा.उसे पेहेचानना होगा.सतर्क रेहेना" पण पुढे मात्र काही बोलला नाही.सगळे हा प्रकार पाहून आश्चर्यचकित झाले होते,आणि रिचर्ड बोलला,"He is on high addiction of marijuana,let's move ahead",पण अवनी मात्र अस्वस्थ झाली,आणि निखिलला म्हटली निखिल,''तुला काही तरी सांगायचं आहे",निखिल त्यावर म्हणाला.''काय भीती वाटते का ? मिस अमेरिका?" आणि जोरात हसायला लागला. अवनी म्हणाली, ''तुला मस्करी वाटते ना सगळी, कर मग मस्करी एक दिवस खरंच मला काहीतरी होईल ना मग तुला कळेल!",आणि मग मात्र निखिल गंभीर झाला..रणवीर आणि मनोजही आता शांत झाले. त्यांचं ते भांडण पाहून दोघांनाही हसू येत होते,त्यांना काय समजायचे ते समजून गेले.

आता ढग जमिनीवर येऊन मातीशी व गवताशी गप्पा मारू लागले होते,वातावरणात शांतता आणि गारवा दोन्ही जाणवत होते,सूर्य मावळतीला आला होता,आणि तो आपल्या असंख्य किरणांनी संध्या स्नान घालत होता, ते दृष्य अतिशय सुंदर दिसत होतं,अवनी ते सर्व पाहून प्रसन्न झाली होती,आणि त्या सर्व वातावरणाचा आनंद घेत होती,बेदनी बुग्याल जवळ आलं होतं,ढग अजूनही पायाशी खेळत होते,क्षितिजापर्यंत पसरलेलं हिरवंगार गवत आणि त्यावर पडलेले बर्फ बिंदू मनाला मोहिनी घालत होते,मनोजने

सांगायला सुरुवात केली की ह्या जागेला बेदनी बुग्याल ह्यासाठी म्हटले जाते कारण, इथे वेद व्यासांनी वेदांचे वर्गीकरण करण्याआधी अनुष्ठान केले होते,देवी देवतांचे आशीर्वाद घेतले होते,आणि तेव्हाच इथला तलाव त्यांच्या मंत्र शक्तींनी तयार केला होता अशी लोकांमध्ये आख्यायिका आहे.

रिचर्ड म्हणाला "Whatever it may be ,but this place is heaven!", रणवीर आता भर भर पावले टाकू लागला,सर्वांसाठी त्याला टेंट उभारायचे होते,एका स्थानिक माणसाशी बोलून त्याने जेवणाची व चहाची व्यवस्था केली होती.काही वेळातच त्यांचे तंबू तयार झाले.सर्व जण चहा पिऊन ताजे तवाने झाले होते.म.जेवणाआधी छान गप्पा रंगल्या होत्या, मनोज हिमालयाविषयी बोलायला नेहमीच उत्सुक असायचा,ते जेव्हा गप्पा मारत होते तेव्हा तिथे एक १०-१२ वर्षाचा स्थानिक मुलगा आला. तो म्हणाला "दीदी, सर कूच खाने के लिये मिलेगा?आप जो काम बोलोगे मै करुंगा!"रणवीर सिंग ने लगेच त्याला त्यांच्यासाठी केलेल्या खिचडीतली खिचडी खाऊ घातली.त्याची विचारपूस केली असता कळलं की तो इथे पर्यटकांना चहा देण्याचं काम करतो,त्याचं नाव अखिलेश. आज खाली उतरायला उशीर झाला म्हणून तो इथेच थांबला होता आणि खाण्यासाठी मागत होता.अवनी मात्र त्याला पाहून ओशाळली,तिला दया आली.ती विचार करू लागली, काय ह्यांचं आयुष्य.शिकण्याच्या आणि खेळण्याच्या वयात ह्यांना पोटासाठी अशी कामं करावी लागतात.मनोज म्हणू लागला "पहाडामध्ये जन्मलेल्या मुलांना ह्या सर्व गोष्टी रोजच्याच आहेत,पण सर्व लोक स्वाभिमानी आहेत,आता ह्या अखिलेशलाच पहा ना ,तो म्हणाला आप जो काम बोलोगे मै करुंगा".अवनी त्यावर म्हटली,"खरं आहे,ज्याचं त्याचं नशीब".

निखिलनी आणखी पुढे चौकशी केली असता त्याला कळलं की तो वाण गावातून आला आहे,आणि घरी आई बरोबर राहतो.त्याचा निरागसपणा पाहून निखिलने त्याला विचारलं,"क्या हमारे साथ आना चाहोगे?",तो म्हणाला "हा भाई आता हू",त्याने चटकन होकार दिला,त्यावर निखिलने विचारले, "फिर तुम्हारे घर कौन बतायेगा?",त्यावर तो म्हणाला, "कल मेरा दोस्त आयेगा तो मै उसके साथ संदेसा भेज दुंगा" निखिलने इतर

साथीदारांनाही विचारले, त्यांनीही अखिलेशला बरोबर घेण्यास सहमती दर्शवली.आता निखिलने त्याला सांगितलं, “पता है हम कहा जा राहे है?रुपकुंड आयोगे ना ?” तो म्हणाला “हा सर, मै पेहेले भी वहा जा चुका हू|”...

आता रात्र झाली होती. थंडीचा जोर वाढला होता,अखिलेशकडे एक घोंगडी होती ती अंथरून तो झोपूनही गेला,आणि आता रणवीर ,मनोज व रीचर्डही त्यांच्या टेंटमध्ये झोपायला गेले,अवनीने मात्र निखिलला थांबवून ठेवले, म्हणाली, “मला तुझ्याशी थोडं बोलायचं आहे”,तेव्हा निखिल म्हणाला, हो मलाही तुझ्याशी बोलायचं आहे,आणि दोघही एकत्र चालू लागले, आकाशातला पूर्णत्वाला आलेला चंद्र त्यांना पहात होता, चांदण्यानीही काळ्या आकाशाला लुकलूकता चमकदार अंगरखा बनवलं होतं.अवनी निखिलकडे पाहून म्हणाली.“निखिल, माझी इच्छा आहे की ही नचिकेतची वही तू वाचावीस”.आणि ती वही त्याला दिली,पण निखिल मात्र गंभीर वाटत होता, त्यालाही काही तरी बोलायचं होतं. आणि तो म्हणाला “अवनी खूप दिवसांपासून तुला सांगायचं मनात होतं..मला तू खूप आवडतेस.I love you!”.हे ऐकून अवनी जागीच थांबली.डोळे आसवांनी भरले,आणि चेहऱ्यावर गंभीर भाव दिसू लागले.वातावरण शांत होताच अवनीला कसे एक्सप्रेस व्हावे कळत नव्हते,आणि ती स्तब्ध उभी होती.इतक्यात निखिल जोरजोरात हसायला लागला,अवनी मात्र आता चिडली.ती म्हणाली, “तुला हे सर्व हास्यास्पद वाटत आहे का ? कळेल, तुला एक दिवस नक्की कळेल”. आणि चिडून आपल्या तंबूकडे रडत रडतच गेली, निखिल मात्र तिला हाकाच मारत राहिला.

सकाळी सकाळी अखिलेशनी सगळ्यांना उठवले आणि त्रिशूळ पर्वताच्या दिशेने बोट दाखवले.उगवत्या सूर्य नारायणाची ती सोनेरी किरणे त्रिशूल शिखरावर पडली होती आणि पुन्हा एकदा हिमालयाची मोहिनी त्यांच्यावर पडली होती.आता लवकरच त्यांनी पाथर नचैनीसाठी प्रवास सुरु केला.

एकटीचा प्रवास

अवनीने निखिलशी अबोला धरला होता,त्यामूळे दोघेही दुरून चालत होते. रणवीर आणि मनोज मात्र गप्पा मारत चालले होते. इथे रिचर्डची आणि अखिलेशची चांगलीच गट्टी जमली होती, दोघांनाही एकमेकांची भाषा कळत नव्हती पण दोघेही एकमेकांशी असे वागत होते की ते एकमेकांना बऱ्याच वर्षांपासून ओळखत असावेत. थोड्याच वेळात सर्व जण पाथर नचौनी येथे पोहोचले.मनोज त्या जागेचा इतिहास सांगू लागला,हीच ती जागा जिथे लाटू देवतेने ,नंदादेवीच्या सांगण्यावरून राजाचा रसभंग केला होता,तिथे तीन खड्डे दिसले, त्यावर कुणीतरी दगड ठेऊन फुलं वाहिलेली दिसली मनोज सांगू लागला,आता ह्या स्थानाला दैवी महत्व आले आहे,पण खरंतर इथे राजासमोर नृत्य करणाऱ्या तीन नृत्यांगनांचे देवीने लाटू देवतेकरवी दगडात रूपांतर करून त्यांना पाताळात गाडले होते......

आता त्या सर्वांना जाणवू लागले की ते बऱ्यापैकी उंचावर आले आहेत, तिथे वाऱ्याचा वेगही वाढला होता,घनदाट झाडाची पानं सळसळत होती , वाऱ्याचा वेग शरीराला हलवून जात होता, तसेच त्याच्या आवाजाची भैरवीही कानात घुमू लागली होती,आता मात्र पुढे जाणं योग्य नाही हे त्यांनी ठरवलं.वातावरण अचानक ढगाळ होऊ लागलं,कसेबसे रिचर्ड आणि रणवीर सिंग यांनी टेंट उभे केले,प्रत्येकाकडे एक एक टॉर्च आहे की नाही हे सर्वांनी चेक केले.प्रत्येकाने रेनचिटरही कॅरी केले होते.आता रणवीरने सगळ्यांना ब्रॅंडीच्या छोट्या बॉटल दिल्या,म्हणाला सर्वांनी आपापल्याजवळ ठेवा.टॉर्च, बिस्कीट चा पुडा आणि ही बाटली अगदी आपल्या रेनचिटरच्याच खिशात असुदे ,कधी उपयोगी पडेल सांगता येत नाही.

ढग दाटून आता अंधारलं होतं,अखिलेश आणि रीचर्ड एका तंबूत गेले, बाकी सर्व पुन्हा आपाआपल्या तंबूत परतले होते,वाऱ्याला उधाण आले होते, मेघ गर्जना करत बरसू लागले होते, जल वर्षावाबरोबर आता हिमवर्षावही चालू झाला होता. मनोजला येणाऱ्या संकटाची चाहूल लागली होती, लवकरच ढग फुटी होणार होती,सर्वांनी एकत्र एका तंबूत रहाणं आता जास्त गरजेचं होतं. मनोज आपल्या तंबूतून बाहेर पडला,त्याने प्रत्येकाजवळ

जाऊन ही धोक्याची सूचना दिली आणि आता सर्वजण आपल्याकडचे सामान घेऊन रिचर्डच्या तंबूत जमले,खालून वाहणाऱ्या नील गंगेचा प्रवाहही आता खळखळाट करून घाबरवत होता.निसर्गरम्य हिमालयाने क्षणात रौद्र रूप धारण केलं होतं,कुठे तरी लांबवर नक्की ढगफुटी झाली असणार हे मनोजला कळत होतं.

इथे वारा मात्र थांबायचे नाव घेत नव्हता,त्याच्या तांडव नृत्याला आता मेघ गर्जनांची साथ लाभली होती,पाऊस मुक्त पणे बरसत होता आणि विजा कडाडून अधनं मधनं आपलं अस्तित्व जाणवून देत होत्या,प्रचंड वाऱ्याने आता रिकामे झालेले तंबूही जमीन सोडून उडण्याच्या तयारीत होते,आता त्याला बांधून ठेवणाऱ्या दगडाचं व दोरखंडाचंही नियंत्रण सुटलं होतं,आणि त्यांच्या डोळयासमोर त्यांचे रिकामे तंबू उडू लागले,आता मात्र ह्यांनी एका हाताने ते ज्या तंबूत होते तो तंबू धरून ठेवला,येणारं तुफान मात्र जास्तच आक्रमक होत चाललं होतं...

अवनीला अचानक त्या साधूचे शब्द आठवले आणि ती निखिलला म्हणाली,"निखिल, मला भीती वाटते आहे रे",निखिल म्हणाला, “धीर धर, काही होणार नाही आपल्याला, काळजी करु नकोस",आता मात्र ह्या सर्वांचे तंबूवरचे नियंत्रणही सुटले होते आणि मध्ये अखिलेशला ठेऊन सगळयांनी बाजूने एकमेकांचे हात धरले.इतक्यात समोरुन एक मेंढीचं पिल्लू गडगडत खाली येताना दिसलं, त्या पिल्लाला पाहून अखिलेश जोरात ओरडला, “खाडू मर जायेगा उसे बचाना होगा", असं म्हणत हाताचे पाश तोडून पळाला त्या खाडूचा जीव वाचवण्यासाठी, आणि पुढे धावत जाऊन बर्फावरून घसरला. आता मात्र रिचर्ड ते पाहून उठला,आणि अखिलेशला वाचवण्यासाठी धावला, इथे हे तिघे ओरडत राहिले, पण रिचर्डने ऐकले नाही, आणि तो काही वेळातच दिसेनासा झाला. अवनी जोरजोरात रडू लागली, आणि निखिलवर ओरडू लागली, ती काय बोलत होती तिचे तिलाच कळत नव्हते पण ती मनातून मोकळी होत होती.अचानक कोणती तरी मोठी जलधारा वाऱ्याच्या वेगाने वहात आली आणि त्या चौघांचे एकमेकांना धरून ठेवलेले हात सुटले,त्या जलधारेच्या पाण्यात ते चारही जण वाहू लागले होते,निखिल अवनीला हाक मारू लगला,पण अवनीच्या

नाकातोंडात पाणी गेले होते,ती फक्त मदतीसाठी हात वर करून दाखवू लागली, काही वेळाने मात्र ते वादळ शमले,आता ते पाचही जण एकमेकांपासून दूर होते,अवनी कुठल्यातरी झाडाला अडकून खाली पडण्यापासून बचावली होती ,पण तिला आजूबाजूला तिचे मित्र दिसत नव्हते,तिचे सर्व सामान वाहून गेले होते,आणि अवनी जोरजोरात रडू लागली,स्वतःशीच बडबडू लागली,झाल्या प्रकाराचा स्वतःला दोष देऊ लागली, माझ्यामुळे सगळयांची अशी अवस्था झाली,आता मी काय करू, कोणाला कसं तोंड दाखवू,जिवंत असतील का ते ? पण तिथे तिचा तो आक्रोश ऐकणारं कुणीही नव्हतं, रडता रडताच ती झोपेच्या अधीन झाली.सकाळचे सूर्यकिरण जेव्हा डोळ्यावर पडले तेव्हा तिला जाग आली, पण आता पुढे जाण्याची मात्र ताकद उरली नव्हती....अशातच तिने तिचा पूल ओव्हर चेक केला, एक बिस्कीटचा पुडा आणि रणवीरने दिलेली ब्रँडी पूलओव्हरच्या आतल्या खिशात सुरक्षित होती, तिने लगबगीने तो पुडा संपवला आणि एक घोट ब्रँडी प्यायली, आता तिला थोडं बरं वाटलं, तिच्या शरीरात थोडी ऊर्जा निर्माण झाली आणि अवनी धीर एकवटून उठली.

अवनीकडे आता पुढे जाण्याशिवाय पर्याय नव्हता.तिने उठून वाट दिसेल तिथे चालायचं ठरवलं होतं, कोलमडून जायचं नाही असंही तिने ठरवलं होतं,आणि ती फक्त चालत राहिली.आता दिवस मावळतीला आला होता,पण तहान भूक विसरून ती फक्त चालतच होती....आकाशात आता चंद्र आपल्या पूर्ण कलेनी अवतरीत झाला होता,तो चांदण्याचा लुकलूकता अंगरखा आता धर्तीवर कधीच पांघरला गेला होता,तरीही ती रात्र भयाण वाटत होती, हवेतला गारवा हाडात शिरून शरीराच्या दुखण्याची परिसीमा गाठू लागला होता,पण तरीही अवनीने चालायचं ठरवलं....अचानक एका चमकणाऱ्या गोष्टीने अवनीचं लक्ष वेधून घेतलं,ती त्या दिशेने चालू लागली,जवळ गेली तेव्हा तिने पाहीलं की एक दगडांनी रचलेलं देऊळ आहे,आत एक छोटंसं शिवलिंग आहे आणि ती वस्तू शिवलिंगाखाली पडली आहे. तिने पाहीलं,ती वस्तू उचलली,आणि तिच्या लक्षात आलं की ती एक अंगठी आहे, एखाद्या प्राण्याच्या डोळ्याप्रमाणे तिच्यावर नक्षीकाम आहे, सहजच तिने ती अंगठी उचलली आणि आपल्या बोटात

चढवली....शिवलिंगाला नमस्कार न करताच ती उठली. निसर्ग शक्तीवर तिला प्रचंड राग आला होता, तिच्या मित्रांना त्या प्रचंड पाण्याच्या प्रवाहाने वाहून नेले होते,आणि ती पुन्हा त्या अंधाऱ्या रात्रीत चालू लागली होती, अचानक चालताना पायात काही तरी अडकलं आणि अवनी खाली पडली, तिची नजर जेव्हा वर गेली तेव्हा तिच्या डोळ्यासमोर शेकडो अस्थिपंजर दिसू लागले, ती कशीबशी उठली आणि ओरडू लागली,समोरच एका तलाव दिसला,त्या तलावाच्या निखळ पाण्यात चंद्र आपले प्रतिबिंब पहात होता,ती पळत पळत त्या तलावाजवळ गेली,तिला आता तहानही लागली होती ,तिने पाणी पिण्यासाठी म्हणून पाण्याच्या दिशेने पाहिले आणि तिला काही अनपेक्षित दिसले, ती जागीच गोठून गेली होती.त्या तलावातही शेकडो अस्थिपंजर त्या चंद्र प्रकाशात पडलेले तिला दिसले,ती ओरडू लागली, किंचाळू लागली पण,तिच्या हाका ऐकणारं कुणीच नव्हतं,ती आता वेड्याप्रमाणे हसायला लागली होती,तिचा मानसिक तोल सुटत चालला होता, आणि ती जागीच भोवळ येऊन पडली.डोळे अर्धवट मिटले,काही वेळानी तिला आवाज आला,"अवनी दीदी यहा देखो,मै आ गया,यहा आओ ना"....अवनीने डोळे उघडले,तिला समोर अखिलेश दिसत होता,ती त्याला पाहून सुखावली, ताकद एकवटवून उभी राहिली, आणि अखिलेशच्या दिशेने मार्गातील हाडांवर पाय देऊन चालू लागली. आता ती थोडी अखिलेशच्याजवळ पोहोचली होती,इतक्यात अखिलेशने जमिनीवरचा बर्फाचा गोळा उचलला आणि अवनीच्या डोक्यात मारला,अवनी धारातीर्थी पडली,शरीर थंडगार झालं होतं, श्वास संथ झाले, आणि अवनी त्या शेकडो अस्थिपंजारांनी वेढलेल्या जागी मृतदेहासारखी पडली......

मृत्यच्या डोहात

तिला समोर फक्त एक काळं विवर दिसत होतं,आणि त्याच्या मध्यभागातून एक प्रकाशाचा किरणही येताना दिसला,ती त्या विवरातून चालू लागली, तिच्या शरीरराला आता काहीही वेदना जाणवत नव्हत्या,शरीर खूप हलकं

झालं होतं,आणि आता फक्त तिला त्या काळयाभोर विवरातून चालायचं होतं,त्या येणाऱ्या प्रकाशाच्या दिशेने, पण चालण्यापूर्वी तिने फक्त मागे वळून पाहिलं....आणि जोरात ओरडली,तिला खाली स्वतःचच शरीर दिसलं, डोळे बंद होते,आणि कुठलीही संवेदना जाणवत नव्हती....ती विचार करू लागली,हे काय ? मी कुठे आहे? हे खाली माझ्यासारखं दिसणारं कोण आहे?.ती त्या आवेशात खाली पडलेल्या शरीराला स्पर्श करायला गेली पण तिच्या हाताला काही शरीराचा स्पर्श जाणवत नव्हता, त्या शरीराच्या बेंबीतून एक प्रकाश तंतू येताना दिसला,आणि तो प्रकाश तंतू तिच्या बेंबीलाही जोडला गेला होता,तिला कळेना हे काय चालले आहे.ती त्या शरीरापासून लांब होतं होती आणि तो प्रकाश तंतू ही तेवढा ताणला जात होता,तिला काही उमजत नव्हते.तिचे लक्ष त्या निपचित पडलेल्या शरीराच्या बोटातील अंगठीकडे गेले,ती अंगठी चमकत होती,असं वाटत होतं कि त्या अंगठीच्या खोबणीत कुण्या एका प्राण्यांचा जिवंत डोळा आहे,आणि इतक्यात एक आवाज आला,“अवनी दीदी!”....आवाज ओळखीचा होता,तिने वर पाहीलं, समोर अखिलेश होता,ती त्याच्या जवळ जायला पुढे सरसावली, पण हे काय? ती पुढे जाऊ शकत नव्हती,ती जितका चालण्याचा प्रयत्न करत होती,तितकं ती त्या काळया विवरात आत आत ओढली जात होती, तिच्याबरोबर हे काय होतंय हे तिलाही कळत नव्हतं.पण तिच्या त्या शरीराला मात्र काहीही जाणवत नव्हतं.आणि ती फक्त त्या विवरात खोल खोल जात होती,अचानक ते काळं विवर शुभ्र प्रकाशमय दिसायला लागलं आणि ती हलक्या पिसाप्रमाणे फक्त त्या प्रकाश तरंगांवर विहार करत होती.आता समोरचं चित्र हळूहळू स्पष्ट होऊ लागलं होतं.पुन्हा हिमालय आपल्या अजस्त्र रूपानं तिला समोर दिसत होता.त्या तलावात आणि त्याच्या काठी शेकडो मृतदेह पडलेले दिसत होते,ती त्या मृतदेहांवरून मार्ग शोधत होती,अखिलेश पुन्हा दिसेनासा झाला, समोर दोन मुलं एकमेकांशी बोलताना दिसली. पण त्या दोघातल्या एका मुलाची दोन शरीरं अवनी ला दिसतं होती.एक शरीरं पद्मासनात बसलेलं होतं अन एक शरीरं त्या पद्मासनात बसलेल्या शरीरापेक्षा दिव्य प्रकाशमान होतं. अगदी तसचं जसं तिला तिचं शरीर काही वेळा पूर्वी जमिनीवर पडलेलं दिसलं होतं. त्या मुलाच्या दिव्य शरीराचा दुसऱ्या मुलाशी

चाललेला संवाद अवनीला स्पष्ट ऐकू येत होता. “उद्धवा, अरे काय झालं हे,का घडलं हे सारं, ती आदिशक्ती सर्व शक्तिमान असूनही हे का घडवून आणलं तिने,आत्ताच मी ही यात्रा पूर्ण करून होमकुंडवरून आलो,आणि मी फक्त एकटाच वाचलो?का घडलं उद्धवा हे सारं सांग मला,अरे तुला ब्रह्मज्ञानाची प्राप्ती व्हावी म्हणून तू तुझ्या प्राणाचीही आहुती द्यायला तयार झालास,आपल्या लोकांविरुद्ध लढलास, ह्या सर्व क्षणाचा मी फक्त साक्षीदारच का बनून राहिलो ?,तुमच्या सर्वांचा मृत्यू मी ह्या डोळ्यांनी पहिला.आणि नंदा तर मला बाल त्रिपुर सुंदरीच्या रूपात दिसली, काहीही न बोलता फक्त स्मितहास्य होतं तिच्या ओठावर,पण मला सांग उद्धवा, ह्या सर्वाचं प्रयोजन काय? कोण आहे मी,आणि कोण आहेस तू,तो तुझा देह खेचरी मुद्रेत आसनस्थ आहे,आणि तू माझ्यापाशी समोर इथे उभाही आहेस,ह्यातला तू कुठला खरा उद्धवा?”

आणि उद्धव म्हणाला, “नचिकेत शांत हो, असा उद्विग्न होऊ नकोस, सर्व सांगतो तुला”.अवनी मात्र हे ऐकून आश्चर्य चकित झाली.जी पात्र आत्तापर्यंत तिला फक्त वहीतून भेटली होती ती आता ह्या क्षणाला तिच्या समोर होती.म्हणजे तिच्यासमोर तिने वहीत वाचलेले नचिकेत आणि उद्धव बसले होते,ती तो भूतकाळात घडलेला प्रसंग पाहू शकत होती.आणि तिला समजलं की ती वर्तमान कधीच मागे टाकून आली आहे ,आता वहीमध्ये वाचलेले क्षण,भेटलेली पात्रं, ती स्वतः साक्षीदाराच्या भूमिकेतून पहात होती.

इथे निखिल त्या पाण्याच्या प्रवाहात वाहत वाहत नील गंगेच्या प्रवाहात पडला,नाकातोंडात पाणी जाऊन गटांगळ्या खाऊ लागला,पण म्हणतात ना ‘देव तरी त्याला कोण मारी’,त्याप्रमाणे त्याला एक लाकडाचा ओंडका पाण्याच्या प्रवाहात मिळाला,आणि त्याचा आधार घेऊनच निखिल काठापर्यंत पोहचला,जागा कोणती होती हे त्यालाही कळत नव्हतं, पण समोर एक छोटंसं देऊळ दिसलं ,आसऱ्यासाठी ती जागा बरी होती.निखिल कसाबसा त्या देवळापर्यंत पोहोचला,त्या देवळात एक शिळा होती आणि त्या शिळेच्याभोवती बरेच मुखवटे ठेवले होते.वरती लिहील होतं,’’लाटू देवता की जय”.अवनीने आत्तपर्यंत सांगितलेले वहीतले प्रसंग त्याला आठवले,त्यात आलेला लाटू देवतेचा उल्लेखही त्याला आठवला आणि त्यानी आपलं

रेनचिटर चाचपडायला सुरुवात केली.बिस्कीटचा पुडा, ब्रॅंडीची बाटली त्याच्याही हाताला लागली.तो जरा सुखावला, पण हे काय?... रेनचिटरमध्ये आणखी काहीतरी होतं,आणि त्याला आतल्या चेन बंद खिशात ती नचिकेत गोखलेंची वही मिळाली.अवनीनेच त्याला ती वाचण्यासाठी दिली होती.ती वही पूर्णपणे भिजली होती.त्या पानांवरची अक्षरं पाण्यामुळे विस्कटली होती,पानं एकमेकांना चिकटलीही होती.त्याने ती चिकटलेली पानं वेगळी करायला सुरू केली.पानं वेगळी करता करता तो शेवटच्या पानावर आला,ते पान जरा जाड होतं,त्या पानांवरचा शेवटचा शब्द होता 'अनुभूती'.पण काहीतरी विचित्र वाटत होतं.ते एक पानं,बाकीच्या पानांपेक्षा जाड होतं त्याने व्यवस्थित निरखून पाहीलं,त्या पानावर एक ओरखडा मारून बघितला.आणि त्यात अजून एक पान दडलेलं दिसलं,हे पान विशेष होतं,वर वर पाहायला गेलं तर ते एकच पान वाटेल पण ते दोन पानांच्यामध्ये दडवून ठेवलेलं एक गुप्त पान होतं.पाण्यात भिजल्यामुळे त्याच्यावरची अक्षरं अस्पष्ट झाली होती.त्यावर एक चित्र रेखाटलं होतं.त्या चित्रात एक मृतदेह दाखवला होता.आणि एक सूक्ष्म शरीर, हे शरीर दोन व्यक्तींना पाहात होतं,ऐकत होतं असे त्या चित्रात दाखवले होते.एका अंगठीचं चित्र होतं आणि मग एक शरीर आकाशात गमन करत आहे असंही त्यात रेखाटलं होतं.निखिलला मात्र ह्या चित्रांचा अर्थ कळेना.पण खाली देवनागरी लिपीत काही तरी लिहिलं होतं.....

भटकतोय जीव बाराशे वर्षी
राहिल्या फक्त अस्थींच्या राशी
तो आत्मा फिरे ठाई ठाई
ठेऊन मुक्तीची अभिलाषा मनी
ती कैद त्या यक्षिणीच्या अंगठीत
परी फिरतसे मुक्त ह्या वेशीत
घेउनी विविध रूपे निश्चित
आणेल पैल तिरासी वाचकास

त्या गूढ गर्द मृत्यूच्या डोहात
येईल वाचक विनासायास

तोच होईल मुक्तीसी कारण
परी मार्ग मी मोकळा केला

निखिलने तो कागद स्वतः जवळ ठेवला आणि काही वेळ विचार करत राहिला.त्या काव्यातील 'आणेल वाचकासी पैलतीरासी' हे शब्द अवनीला असलेल्या धोक्याचा संकेत देत होते,कारण त्या वहीची वाचक अवनी होती,म्हणजे अवनीचा जीव धोक्यात होता. आणि तो अवनीच्या शोधात निघाला.मनात विचार चक्र सुरू झालं,तर्क वितर्क सुरू झाले.त्या काव्यांचा अर्थ शोधायचा होता.पाय चालत होते पण मन मात्र त्या अक्षरांपाशी घुटमळत होतं.जीव मुठीत घेऊन तो हिमालय चढू लागला त्याला..इतकं मात्र नक्की कळलं होतं.लवकरात लवकर अवनीजवळ पोहोचले पाहिजे.

शापित

अवनी अजूनही आश्चर्यचकित होऊन त्या दोघांमधील संभाषण ऐकत होती,भूतकाळाच्या पटलावर ती आता स्वतः उभी होती आणि सर्व क्षणांची साक्षीदार होती,

उद्धव सांगू लागला "मित्रा,माझे ते खेचरी मुद्रेत असलेले शरीर मी कधीच सोडले आहे,ह्या सूक्ष्म शरीराने मी तुझीच वाट पाहत इथे थांबलो आहे,तुझ्यावर एक जबाबदारी सोपवायची आहे,आता मी काय सांगतो ते ऐक, तू नंदाबरोबर गेलास ही खरी गोष्ट आहे,ती नंदा दुसरी तिसरी कुणीही नसून सुनंदा देवी आहे,नंदा देवीची पाठराखीण करणारी एक देवता,आणि लाटू देव हा तिचे रक्षण करणारा भैरवच आहे.

तू जेव्हा नंदाबरोबर गेलास त्यावेळी मुक्त झालेली शक्ती आसमंतात तांडव घालत होती, तू पूर्ण केलेल्या यात्रेमुळेच ती शांत झाली आहे,पण तुला माहीतच आहे,दरम्यान राणी वल्लभा हिला प्रसूती वेदना होऊ लागल्या,आणि तिने फक्त एका मांसाच्या गोळयाला जन्म दिला,देवीच्या शापाप्रमाणे हा जन्म नव्हता.देवीने राणीला असा शाप दिला होता की तुझ्या उदरात जन्म घेणारा जीवच तुझ्या मृत्यूला कारणीभूत असेल.पण तसे झाले

नाही.राणीच्या देहातून फक्त मांसाचा एक गोळा बाहेर आला.एक विषारी गोळा,आणि त्यातून निघणारे ते विषारी द्रव्य रुपकुंडच्या पाण्यात मिसळून गेले,पाण्यात उभे असलेल्या लोकांचे पाय ह्या विषारी द्रव्याने अधू झाले,त्यांना होणाऱ्या त्या वेदना मला पाहावल्या नाहीत आणि मी पुन्हा शीतल चंद्र विद्येचे आवाहन केले,आणि त्यांच्या शिरावर बर्फगोलाने वार केले, ते सर्व तत्क्षणी मृत्यूमुखी पडले,मग मी खेचरी मुद्रा धारण केली आणि माझे डोळे बंद केले,त्या क्षणी मला निळावंतीचे दर्शन झाले,तिने मला जवळ घेतले,माझ्या भृकुटीवर स्पर्श केला,आणि मला त्या ज्ञानाची अनुभूती झाली.आता माझ्यात आणि त्या शुभ्र प्रकाशझोतात काहीच फरक नव्हता,मला प्रणवाचा हुंकार ऐकू येत होता,आणि मला जाणवत होते की मी त्याचाच भाग आहे,मला पूर्णत्वाची अनुभूती आली.तिने वचन दिल्याप्रमाणे ती परत आली होती, मला भेटायला, मला मुक्त करायला.आणि माझं अस्तित्व त्या दिव्य प्रकाशात विरून गेलं,आता पुन्हा माझ्या डोक्यावर तिने हात ठेवून मला भानावर आणले,आणि माझ्याजवळ असलेल्या अंगठीवर कुठले तरी मंत्र म्हणून ती माझ्याजवळ दिली.इतक्यात आकाशातून एक अग्नीगोल माझ्या दिशेने झेपावताना दिसला,माझ्या देहात अजूनही शीतल चंद्र विद्येची ऊर्जा असल्या कारणाने तो अग्नीगोल एका बर्फाप्रमाणेच माझ्यावर बरसला,आणि एक शुभ्र प्रकाशझोत शरीरातून बाहेर पडावा, त्याचा प्रकाश आसमंताला भेदावा आशा अविर्भावात माझे प्राण ह्या देहातून मुक्त झाले".तेवढ्यात नचिकेत म्हणाला, "हो मला आठवत आहे,नंदा मला म्हणाली होती की उद्धव ब्रह्मलीन हुआ |" "हो खरं आहे ते.

मी माझ्या सूक्ष्म देहाने नंतर सर्व पाहू लागलो.देवी हळू हळू शांत होत होती.अर्थात होमकुंडवरील तुझी मानस पूजा तिच्यापर्यंत पोहोचत होती.ते शेकडो मृत्यूमुखी पडलेल्या लोकांचे आत्मे शरीराचे कोष बाजूला सारून आपल्या अनंताच्या प्रवासाला लागले होते.आता त्यांनी आपले पृथ्वीवरील अस्तित्व कधीच सोडले होते, आता तेही त्या अनंताचा एक भाग होते.पण एक देह मात्र मरणासन्न अवस्थेत पडून होता.त्याला मुक्त होता येत नव्हते.आणि ती व्यक्ती म्हणजे राणी वल्लभा! राणी फरफटत कशातरी मेण्यातून बाहेर आल्या,राजाने आधीच त्यांच्यावर वार करून त्यांना

अर्धमेल्या अवस्थेत आणून ठेवलं होतं,राणी मेण्यातून बाहेर पडून देवीला साकडं घालू लागली.'माता मुक्ती दे दो, माता मुक्ती दे दो',आता देवी आकाशवाणीने बोलू लागली.

"हे रानी वल्लभादेवी, तुम्हारा पाप अक्षम्य है" त्यावर राणी म्हटली, "मेरे पती तो आपके विरुद्ध युद्ध कर रहे थे, माणिभद्र स्वामीभी उनके साथ थे,तो मैही मुक्ती को पात्र क्यु नही.ऐसा ना करो माता मुक्ती दे दो", "नही वल्लभा, कदापि नही, एक स्त्री होकर तुमने माता का अपमान किया है,एक माता को उसके बालक से अलग किया है,अपने पुत्र की लालसामे, तुमने दुसरे बालक की आहुती दि है| तुम्हारे पती ने जो किया,वो माणिभद्र स्वामी की मनीषा थी ,उसे पुरा करने के लिये तुमनेही मार्ग प्रशस्त किया है|.फिर भी अगर तुम किसी जीव को जन्म देती तो,तुम्हांरी मृत्यु हो जाती और,इस वेदनाओ से तुम्हे मुक्ती मिल जाती ,पर ऐसा नही हुआ,माणिभद्र की दुष्ट शक्ती का सहारा लेकर तुमने गर्भ धारण किया,ये मांस का निर्जीव लोचडा उसका ही फल है| इसलीये हे रानी मै तुम्हे शाप देती हू की १२०० वर्षो तक तुम इन अस्थिपंजारो के बीच एक पिशाच्च बनकर रहोगी,ये हिमालय तुम्हांरी सीमा होगी.इस सीमा के परे तुम नही जा सकती".आता उद्धव पुढे सांगू लागला,राणी ही शापवाणी ऐकून देवीची क्षमा मागू लागली,ती देवीला म्हणू लागली, "हे माते तुम जगदंबा हो,सारे विश्व की माता हो,मेरा अपराध मुझे स्वीकार है,पर हे देवी माँ, आप आपके इस पुत्री के शाप मुक्ती का मार्ग भी प्रशस्त करो.दया करो माता दया करो.त्राही माम देवी त्राही माम''.

आणि ती त्या मरणासन्न अवस्थेत देवीची प्रार्थना करू लागली.म्हणू लागली,

अपराध सहस्त्राणि, क्रियन्तेऽहर्निषं मया।
दासोऽयमिति मां मत्वा, क्षमस्व परमेश्वरि।।
आवाहनं न जानामि, न जानामि विसर्जनम्।
पूजां चैव न जानामि, क्षम्यतां परमेश्वरि।।
मन्त्र-हीनं क्रिया-हीनं, भक्ति-हीनं सुरेश्वरि !
यत् पूजितम् मया देवि ! परिपूर्णं तदस्तु मे।।

देवी त्या करुण प्रार्थनेने द्रवली आणि देवीने उ:शाप दिला.म्हणाली,

जो है इस घटना का साक्षीदार |
वही होगा तुम्हारा समाधान |
जो तुम्हांरी दासी थी | तुम उसकी अपराधी थी|
वो भी लेगी फिरसे जन्म | ऊस साक्षी का वो होगा वंश|
वो भी होगी इन घटना की साक्षी |
उसके क्षमा से ही मिलेगी मुक्ती |

एवढे बोलून देवी अंतर्धान पावली,मग राणीने तिथल्याच एका दगडावर डोकं आपटून तो देह सोडला.आता तिचं सुक्ष्म शरीरही माझ्यासमोर होतं,हळूहळू ते पिशाच्च योनीत परिवर्तित होत होतं ,आणि त्याचवेळी निळावंतीच्या प्रेरणेनी मी ह्या अंगठीमध्ये तिला बंदीस्त केले.शापाप्रमाणे ती ह्या वेशीत मुक्त संचार करू शकते पण ती ही सीमा लांघून जाऊ शकत नाही.आता हे मित्रा.तुझा पुढचा प्रश्न,ती जर सर्व शक्तिशाली आहे तर ती हे सगळं एका क्षणात थांबवू शकते.हे खरं आहे पण मानवाच्या कर्म भोगात ती दैवी शक्ती कधीच हस्तक्षेप करत नाही,आणि कर्मानुसार मानवाला त्याचे फळ मिळतेच,पण मानव जेव्हा नियतीवर मात करण्याचा प्रयत्न करतो तेव्हा असा फसतो.हया दैवी लीलेत मी कोण ?तर मी ह्याचाच एक भाग आहे,माझ्या कर्मधर्म संयोगामुळे मी ह्या घटनांशी जोडला गेलो, खरं तर असेही म्हणायला हरकत नाही की आपण सगळेच ह्या कारणेच जोडले गेलो आहोत, तुझ्या ठाई एक विशेषता आहे नचिकेत.ती म्हणजे निस्वार्थ आणि निरपेक्ष प्रेम,आणि हेच प्रेम हे ह्या संसाराचं मूळ सार आहे,आणि म्हणून तुझी भूमिका ह्या नंदा देवीच्या लीलेत महत्वाची आहे.आता पुढे ऐक, तू पुन्हा स्वगृही जा, गृहस्थाश्रम स्वीकार.आणि वर्णाश्रमानुसार वर्तन ठेव,एक मात्र नक्की कर,हा तुझा रुपकुंड यात्रानुभव लिहून ठेव,तुझ्याच वंशात पुन्हा राणीच्या दासी चा जन्म होणार आहे,तिच्या मुक्तीसाठी तिला इथपर्यंत यावं लागेल.आणि तू लिहिलेले यात्रानुभव वाचून ती व्यक्ती ह्या सर्व क्षणांची साक्षीदार बनेल.तीच राणीला ह्या शापातून मुक्त करेल".मग नचिकेतने प्रश्न

विचारला,“पण त्या दासीच्या आत्म्याची परवानगी आहे का,ह्या सर्व गोष्टीसाठी?”.तेव्हा उद्धवची नजर अवनीकडे गेली.आणि उद्धव म्हणाला, “तो आत्मा आताही ह्या क्षणाचा साक्षीदार आहे मित्रा! आपण काळाच्या सीमा ओलांडल्या आहेत,हे सर्व सूक्ष्म देहानेच आपण अनुभवतो आहोत आणि त्या दासीचा सूक्ष्म देहही इथे उपस्थित आहे,१२०० वर्षांनतर ती व्यक्ती जेव्हा इथे येईल त्या वेळेस तिला ती अंगठी रुपकुंडच्या पाण्यात विसर्जित करावी लागेल आणि मगच राणीला पिशाच्च योनीतून मुक्ती मिळेल,व तिच्या परवानगीनेच हे घडत आहे”. अवनीचे सूक्ष्म शरीर फक्त उद्धवकडे पाहून होकार दर्शवत होते,“आता माझी प्रस्थान करण्याची वेळ आली आहे नचिकेत,मी प्रस्थान करतो आहे,ती अनंत ऊर्जा मला बोलावते आहे.तुझे कल्याण होउदे,सर्वांचे कल्याण होऊ दे!”इतके बोलून उद्धवचा आत्मा अनंतात विलीन झाला.अवनीचं सूक्ष्म शरीर मात्र ही सर्व अनुभूती घेत होतं.हे सगळे कालातीत आहे हे अवनीला जाणवले.

इथे निखिल हिमालयाच्या पर्वतरांगा जीवाच्या आकांताने तुडवू लागला. सूर्योदय होणार होता,समोर एक छोटेखानी देऊळ निखिलच्या दृष्टीस पडले. निखिल जवळ गेला, ते गणपतीचे मंदिर होते.निखिलच्या लक्षात आले तो कालू विनायक येथे पोहोचला आहे,अवनीचे नाव जोरजोरात घेऊन तो रडू लागला, आक्रोश करू लागला,आणि तितक्यात एक आवाज त्याच्या कानावर आला.अलख निरंजन गाले बंदे |अलख निरंजन गाले | घुम रही माया ठगिनी | अपने आप को पेहेचांन ले| बंदे अलख निरंजन गा ले |

क्षमा......|| अंतिम भाग ||

सूर्योदय झाला होता,रवीकिरणं आसमंत भेदून पृथ्वीच्या भेटीला आतुर झाले होते, हिमालयाची शिखरं सूर्यकिरणांच्या सोन्यात न्हात होती,अशातच रिचर्डच्या डोळयावर त्या सूर्यकिरणांनी अलगद स्पर्श केला. जवळजवळ आठ तास बेशुद्ध असलेला रीचर्ड जागा झाला होता,आसपास कुणीच नव्हतं. हिमालयाच्या एक निर्जन टेकडीवर त्याला कुणीतरी अलगद आणून ठेवला

होता.थोड्या वेळाने रिचर्ड उठला,काही पावलं चालल्यानंतर त्याला ते खाडूचं पिल्लू दिसलं ज्याला वाचवण्यासाठी अखिलेश धावला होता,पण अखिलेशचा मात्र कुठेच पत्ता नव्हता. त्या हिमालयाच्या टेकडीवरून रिचर्ड खाली उतरू लागला. त्याला तिथे एक छोटा ढाबा दिसला,ह्या नैसर्गिक आपदेमधून रिचर्ड बचावला होता.तो कसाबसा त्या ढाब्यापर्यंत पोहचला, आणि तिथेच चक्कर येऊन पडला.

हिमालयात होणारी ढगफुटी मनोजसाठी मात्र नवीन नव्हती,तोही कसाबसा ह्या आपदेमधून वाचला, पहाडाचाच लेक तो!लहानपणापासून पहाडांच्या अंगाखांद्यावर खेळलेला. त्याच्या अंगभूत पोहण्याच्या कौशल्यामुळे त्या ढगफुटीच्या पुरातही तो बचावला. कसाबसा अली बुग्याल इथे पोहोचला, त्याला तिथे काही तंबू दिसले, त्या लोकांना मदतीसाठी त्याने आवाहन केले. आधी त्या लोकांनी मनोजला सांभाळले, त्याच्यावर प्रथमोपचार केले, आता त्याला बरं वाटल्यानंतर त्याच्याबरोबर त्या ग्रुपमधील चार जण बाकीच्या मंडळींना शोधायला, रुपकुंडच्या दिशेने निघाले.

इथे निखिलचा आक्रोश मात्र काही केल्या थांबेना,“अवनी मी येतोय, माझी वाट पहाशील ना?ह्या मित्राला माफ करशील ना?” असे उद्गार तो काढू लागला,कुणी एक साधू दुरूनच त्याचा आक्रोश पाहत होता, तो म्हणाला,“देर ना करो बंदे,वो वैतरणा पार कर चुकी है |”निखिल हे ऐकून आश्चर्यचकित झाला,त्याने त्या साधूकडे पाहीलं,तो तिथे मॅगी खाण्याच्या वळणावर भेटलेला साधू होता. पुढे तो साधू म्हणाला,

वो लेकर आइ थी बालक का रूप
उसकी पिशाच्च योनी ऐसी अद्भुत
कबसे खडी है वो मुक्ती की राह मै
लेकर गइ है उसको आजसे कल मै

पुढे त्या साधूने निखिलला सांगितले, “मै जानता हू अवनी कहा है| वो रुपकुंड पोहोच चुकी है|और उससे भी परे सूक्ष्म जगत मै जा चुकी है| पर वो अब भी जिंदा है| प्रकाश तंतू से जुडी है |”

बस एक काम करना
हृदय से उसे पुकारना
होगा प्रयत्न ये सफल
जब अनहाद का होगा गजर

निखिल हे ऐकून तातडीने निघाला,दोन पावलं टाकल्यावर तो भानावर आला,म्हणाला, "अरे, हे त्या साधूला कसं माहीत?"आणि त्याने मागे वळून पाहिलं,मागे कुणीही नव्हतं.पण त्या साधूचे शब्द मात्र वारा कानांत ओतण्याचे काम करत होते.निखिलच्या पावलांनी आता वेग घेतला आणि रुपकुंडच्या दिशेने तो निघाला, सूर्य माथ्यावर येणारच होता.बाजूला बर्फ होते,पण वातावरण अचानक ढगाळ झाले,अचानक सौम्य जलधारा बरसू लागल्या.निखिल आता रुपकुंडला पोहचला,त्याला ते अवनीचं निपचित पडलेलं शरीर दिसत होतं,श्वास संथ चालू होते,पण शरीर थंड पडलं होतं, आणि ती मृत्यूच्या दरवाजात उभी आहे हे निखिलला जाणवले. निखिलने विचार केला जर त्या साधूचे कथन बरोबर असेल तर अवनी निअर डेथ एक्सपरिअन्स अनुभवत असेल.

त्या पैलतीरावर, अवनी, नचिकेत आणि उद्धवचे संभाषण ऐकत होती, नकळत एका क्षणाला त्या संभाषणात उद्धवकडे होकारार्थी मान दर्शवून तिने सहभागही घेतला,आणि उद्धवला त्याच वेळेस तिने अनंतात लीन होतानाही पाहिले.पण अवनीचे सूक्ष्म शरीर मात्र अजूनही अस्वस्थ होते.तिला राणीची दासी असतांनाच्या आयुष्यातले काही क्षण आठवले,तिच्या बाळाचा कशा प्रकारे बळी दिला गेला ते तिला आठवू लागले.ती ते प्रसंग आठवून कोसळून गेली.तिला ती अवनी असल्याचाही विसर पडला,ती आक्रोश करू लागली.पण तितक्यात पुन्हा आवाज आला,"दीदी बचालो मुझे, १२०० सालो से भटक रहा हू इस हिमालय मे,बचालो दीदी बचालो, मुक्त कर दो".हे ऐकून अवनी पूर्वजन्माच्या आठवणीतून बाहेर आली,अखिलेश समोर उभा होता,गयावया करत होता,क्षमा करदो दीदी असं म्हणून अचानक राक्षसी हास्य हसू लागला,आणि त्याचं शरीर पुन्हा बदलू लागलं,आता अवनीसमोर त्याने त्याचं रूप बदललं,आणि साधूच्या रूपात प्रकट झाला,अवनी हे

रूपांतर पाहून स्तब्ध झाली.तो साधू तोच होता जो त्या वळणावर भविष्य सांगून गेला होता,आता मात्र अवनीने स्वतः ला सावरलं.साधू पुन्हा प्रार्थना करू लागला, "मुक्त करदो.१२०० सालो से इस पिशाच्च योनी मै हू| तरस खाओ अवनी".पुन्हा केविलवाणा कटाक्ष त्या साधूने अवनीकडे टाकला,आणि पुन्हा एक नवीन स्वरूप घेऊन अवनीसमोर प्रकट झाला,ते होतं राणीचे स्वरूप, त्या पिशाच्च योनीतील राणीचे मूळ स्वरूप.अवनी हे पाहून घाबरली,तिच्यासमोर पुन्हा भूतकाळ दत्त म्हणून उभा राहिला, ती राणीला म्हणाली,"नही मै आप को कभी क्षमा नही कर सकती,कैसा हृदय है तुम्हारा,एक बालक को इन हातोसे बली देते हुए तुम्हारे हात कैसे नही कापे?"अवनी आता विसरली होती की ती अवनी आहे,ती राणीच्या दासीप्रमाणेच वागत होती.

इतक्यात कानावर शब्द पडले,

रत्नैः कल्पित मासनं हिमजलैः स्नानं च दिव्यांबरं
नानारत्नविभूषितं मृगमदामोदांकितं चंदनम्।
जाजीचंपकबिल्वपत्ररचितं पुष्पं च धूपं तथा दीपं
देवदयानिधे पशुपते हृत्कल्पितं गृह्यताम्

ज्या ठिकाणी उद्धव ब्रह्मलीन झाला होता,त्या ठिकाणी एक मृत्तिका लिंग स्थापन करून नचिकेत शिवमानस पूजा करत होता,त्या शिवलिंगातून निघणाऱ्या तरंगानी अवनीचे सूक्ष्म शरीर,व राणीचे पिशाच्च योनीतील शरीर सुखावत होते,मग नचिकेतने ती अंगठी शिवलिंगावर ठेवली आणि म्हणू लागला.

"हे दासीचे सूक्ष्म शरीर,जर उद्धवच्या म्हणण्याप्रमाणे तू इथे असशील तर मी तुला विनंती करतो की माझ्या वंशात जन्म घेऊन राणीची ह्या पिशाच्च योनीमधून मुक्तता करावी, क्षमादानासारखे ह्या जगात दुसरे कोणतेही पुण्य नाही,कृपया तुम्ही हे क्षमादान करून माझ्या वंशाला गौरवांवित करावे",

क्षमा दानं क्षमा यज्ञः क्षमा सत्यं हि पुत्रिकाः |क्षमा यशः क्षमा धर्मः क्षमया विष्ठितं जगत् ||

हे ऐकून अवनीला तिच्या खऱ्या अस्तित्वाची जाणीव झाली,ती इथे फक्त सूक्ष्म देहाने आहे हेही तिला समजले,आणि ती राणीच्या जवळ जाऊ लागली.पण कुणाची तरी आर्त हाक तिला ऐकू आली,तिला परत मागे फिरणं भाग होतं, तिचं अनाहत चक्र वेगाने फिरू लागले होते,आपल्या स्वगृही जाणाऱ्या नचिकेतला नमस्कार करून ती त्या प्रकाश तंतूने मागे खेचली गेली,जाताना राणीसाठी चेहऱ्यावर स्मितहास्य होतं.आणि ती प्रकाशाच्या वेगाने मागे खेचली गेली.

    शरीराला एक जबरदस्त धक्का बसावा तसे अवनीचे शरीर हलले, श्वासाची आवर्तनं पुन्हा वेगाने सुरू झाली, अवनीची छाती दिर्घ श्वासाने फुगली,शरीरात चैतन्य आले,आणि त्यातच अवनीने डोळे उघडले.समोर सगळे अंधुक दिसत होते,कुणाची तरी अस्पष्ट आकृती तिला साद घालत होती,अवनीच्या शरीराची हालचाल पाहून निखिल आनंदित झाला,अवनीला उराशी कवटाळू लागला,अवनीला सॉरी म्हणू लागला.आता ते अंधुक चित्र स्पष्ट झालं.अवनीही निखिलला बघून सुखावली,त्याच्या कुशीत अश्रूंचा बांध फोडून मोकळी झाली.निखिलने अवनीला आपल्या प्रेमाची कबुली दिली, अवनीलाही हे ऐकल्यावर एक वेगळाच हुरूप आला,आता थोड्या वेळासाठी का होईना निखिलच्या मिठीत अवनी विरून गेली.काही वेळाने दोघेही भानावर आले आणि रुपकुंडहून निघणार इतक्यात अवनीच्या काही तरी लक्षात आलं आणि ती पुन्हा मागे वळली.रुपकुंडच्या पाण्याजवळ जाऊन बोटातली अंगठी तिने पाण्याच्या स्वाधीन केली, आणि म्हणाली, "हे नचिकेत,मी राणीला क्षमा करते आहे,तिला मुक्त करते आहे",त्याच वेळेस पाण्यातून एक काळी धुरकट आकृती बाहेर पडली आणि आसमंतात विरून गेली,अवनी रुपकुंडला हात जोडून मागे फिरली,आता दोघेही हिमालय उतरू लागले. काही अंतर चालल्यावर अचानक अवनी,निखील, रिचर्ड ,रणवीर अशा हाका ऐकू आल्या.आवाज ओळखीचा होता.काही पावलं चालल्यावर मनोज दृष्टीस पडला,निखिल आणि अवनी जिवंत आहेत हे पाहून मनोजला आनंद झाला,त्याने त्याच्याबरोबर काही खाण्याचे समान आणले होते ते आधी मनोजने अवनीला व निखिलला खाऊ घातले,चहा दिला. आता निखिल व अवनीला जरा हुरूप आला,पण अवनी अजूनही अबोलच

होती,ती निखिलशीपण काही बोलत नव्हती.तिने जे पाहिले होते, अनुभवले होते ,त्यामुळे ती अंतर्बाह्य बदलली होती.

इथे सर्वजण रिचर्डला शोधत ढाब्याजवळ पोहचले.ढाबा चालवणाऱ्या माणसाकडे चौकशी केली असता त्याने रिचर्ड बद्दल सांगितले. रिचर्ड बेशुद्ध पडल्यानंतर त्या ढाबेवाल्यानेच त्याच्यावर प्रथमोपचार करून त्याला ढाब्यातच आराम करायला लावले होते.अवनी,निखिल व मनोज तातडीने रीचर्ड जिथे आराम करत होता त्या ढाब्यातील खोलीत गेले.रिचर्ड अजूनही झोपेत अखिलेशचे नाव पुटपुटत होता.हा अखिलेश कोण होता ते आता फक्त अवनीलाच माहीत होते.आणि अवनी म्हणाली, "अखिलेश एक पिशाच्च होता,तो साधूही एक पिशाच्च होता.हो !!शापित राणीचे पिशाच्च.आता तो कधीच येणार नाही" निखिल हे ऐकून जागीच गोठून गेला.म्हणजे त्याला भेटलेला साधूही राणीचे पिशाच्च होता ! थोड्यावेळाने रिचर्ड शुद्धीवर आला,अवनी निखिल मनोज जिवंत आहेत हे पाहून त्याला आनंद झाला,पण अखिलेश मात्र कुठे दिसत नव्हता,तो म्हणाला,"I could not save him, the water carried him away in front of me" आणि रडू लागला.मनोजने व निखिलने त्याची समजूत काढली.अवनीने सांगितलेलं त्याला सांगितलं पण त्यालाही सर्व अनाकलनीय होतं.पण मग तोही स्वतः ला कसाबसा सावरून पुढच्या प्रवासाला लागला,आता सर्व रणवीरला शोधायला निघाले.दोन दिवस त्यांची शोध मोहीम चालली पण रणवीर कुठेही सापडला नव्हता.आता अवनी,रिचर्ड,मनोज व निखिल लोहाजंगपर्यंत आले,उत्तराखंड पोलिसांना रणवीरचा पत्ता लावण्यासाठी एफ आय आर लाँच केली.आणि लवकरात लवकर कर्णप्रयाग येथे ते मनोजच्या घरी आले.दोन दिवस आराम करून घडलेला सगळा प्रकार अवनीने सर्वांना सांगितला.जे ऐकलं ते अविश्वसनीय होतं,पण ते खरं आहे हे अवनीने सांगितलं,तिने ते स्वतः अनुभवलं आहे हेही तिने सांगितलं,त्या नचिकेतच्या गोष्टीतला तीही एक भाग होती हेही तिने सांगितले, हे सर्व ऐकल्यानंतर सगळेच निःशब्द होते.कुणीच काही बोलत नव्हतं.आणि जे झाले ते स्वीकारून सर्वांनी आपापले रस्ते धरले.जड अंतः करणाने मनोजचा निरोप घेऊन नाशिककरता निघाले.जाताना रणवीर सिंगची शोध मोहीम

पोलिसांकरवी चालूच ठेवावी अशी जबाबदारी मनोजवर सोपवली.दोन दिवसांनी ते तिघेही नाशिक मध्ये येऊन दाखल झाले.वत्सला आजी डोळयात तेल घालून अवनीची वाट पाहात होत्या.अवनी आता जवळजवळ महिनाभर नाशिकलाच राहणार होती.रिचर्ड आठ दिवस राहून अमेरिकेत परतला,आजीही आता अवनी व निखिलच्या नात्यात झालेले बदल पाहात होती,त्या दोघांमधल्या निखळ मैत्रीचे रूपांतर आता प्रेमात होत होते,आजी ते पाहून सुखावली.

काही दिवसांनी निखिलने तो कागद अवनीला दाखवला.ते चित्र, ते काव्य सगळं काही अवनीच्या बाबतीत जे घडलं त्याबद्दलच होतं.दोघांनी आज संध्याकाळी गोदावरीच्या गंगाघाटावर भेटायचं ठरवलं.निखिलने पुन्हा एकदा अवनीला प्रपोज केलं, अवनीनेही लाजून त्याला होकारार्थी मान डोलवली.तो कागद मग निखिलने गोदावरीलाच अर्पण केला,पण रुपकुंडच्या आठवणी मात्र मनाच्या एका कोपऱ्यात साठवून ठेवल्या.

दोन दिवसांनी मनोजचा संदेश आला.रणवीर सिंगचा मृतदेह निलगंगेत सापडला होता.मनोजनेच त्याच्यावर अंत्यसंस्कार केले,रीचर्डला अवनीने ही बातमी हृदयावर दगड ठेऊन कळवली.ह्या रुपकुंडच्या यात्रेमध्ये सर्वच अंतर्बाह्य ढवळून निघाले होते.अवनी आता पहिल्यासारखी अल्लड राहिली नव्हती तर आता तिच्या मनात अधिक ठेहेराव होता.

एक महिन्यानी अवनी अमेरिकेला जायला निघाली. आजीचा व निखिलचा निरोप घेऊन ती निघाली,पुढे रिचर्डच्या मदतीने तिने तिचा रिसर्च पेपर पूर्ण केला.अवनीला आता डॉक्टरेट मिळाली,पण तिच्या त्या रिसर्च पेपरमध्ये कुठेही तिने ते दिव्य अनुभव टिपले नव्हते,कारण ते फक्त आणि फक्त तिच्यासाठीच होते....

||समाप्त ||

संदर्भ सूची

१.DNA परिक्षणा बद्दल ची माहिती : विकिपीडिया - रुपकुंड, टाइम्स ऑफ इंडिया मधील २००४ सालचा लेख

२.निळावंती बद्दल च्या लोककथा

३.डॉक्युमेंटरी : रुपकुंड - द रिडल ऑफ डेड (National geographic)

४ डॉक्युमेंटरी : नंदादेवी राज जात यात्रा (You Tube)

५. श्री कांती बल्लभ कुनियाल लिखित -हिमालय की अनुठी देवी यात्रा : श्री नंदा देवी राज जात

६. रुपकुंड टुरिजम,
    देवेंदरसिंह बिष्ट
    लक्ष्मणसिंह बिष्ट
    H.no 44, Village and PO Wan,
    Block-Dewal,Tehshil-Tharali,
    District Chamoli-
    Pin Code-246427
    Mobile Number : 8802610926

श्री ओंकार रवींद्र जोशी

गेली १५ वर्षे,इन्शुरन्स व बँकिंग क्षेत्रात कार्यरत असून, सध्या एस बी आय लाईफ इन्शुरन्स ह्या कंपनी मध्ये प्रबंधक पदाचा कार्यभार सांभाळत आहेत.ते आपल्या परिवारासह मुंबई येथे रहातात.

नोकरी सोबत वाचन,चित्रकला,प्रवास आणि ट्रेकिंग ची आवड त्यांनी जोपासली आहे.ह्या आवडीतून आणि प्रवासा दरम्यान आलेल्या अनुभवातून तसेच थोरामोठ्या कडून प्राप्त झालेल्या ज्ञानाचा अर्क त्यांनी त्यांच्या पूर्व प्रकाशित "ब्रह्मराक्षस" आणि त्या नंतर ही "रुपकुंड" या कथां द्वारे आपल्या समोर सादर केले आहेतं.

त्यांची आगामी " तू भेटसी नव्याने" ही रोमांचकारी कथा लवकरचं पुस्तकं रुपात प्रकाशित होईल अशी आशा आहे.